सरश्री

भक्ती क्षेत्र-क्षेत्रज्ञ

ज्ञान गीता

यथार्थ जीवन जगण्याची युक्ती

परमात्म्याचा प्रिय बनण्यासाठी छत्तीस गुणांचं उद्दिष्ट

भक्ती क्षेत्र-क्षेत्रज्ञ
ज्ञान गीता
यथार्थ जीवन जगण्याची युक्ती

Bhakti Kshetra-Kshetrajna
Gyan Gita
Yathartha Jeevan Jagnyachi Yukti

By **Sirshree** Tejparkhi

प्रकाशक : वॉव पब्लिशिंग्ज् प्रा. लि., पुणे

प्रथम आवृत्ती : जून २०१९

ISBN : 978-93-87696-88-4

© Tejgyan Global Foundation

All Rights Reserved 2019.
Tejgyan Global Foundation is a charitable organization having its headquarters in Pune, India.

सर्वाधिकार सुरक्षित

'वॉव पब्लिशिंग्ज् प्रा. लि.'द्वारे प्रकाशित हे पुस्तक अशा अटीवर विकण्यात येत आहे, की प्रकाशकाच्या लेखी पूर्वअनुमतीविना ते व्यापाराच्या दृष्टीने अथवा अन्य प्रकारे उसने, भाड्याने अथवा विकत, अन्य कोणत्याही प्रकारच्या बांधणीत अथवा अन्य मुखपृष्ठासह देता येणार नाही; तसेच अशाच प्रकारच्या अटी नंतरच्या ग्राहकावर बंधनकारक न करता आणि वर उल्लेखिलेल्या कॉपीराइटपुरत्या मर्यादित न ठेवता या पुस्तकाच्या कोणत्याही स्वरूपाच्या विनिमयास, तसेच कॉपीराइटधारक व वर उल्लेखिलेले प्रकाशक दोघांच्याही लेखी पूर्वअनुमतीविना इलेक्ट्रॉनिक, मेकॅनिकल, फोटोकॉपी, रेकॉर्डिंग इत्यादी प्रकारे या पुस्तकाचा कोणताही अंश पुनःप्रस्तुत करण्यास, जवळ बाळगण्यास अथवा सुधारित स्वरूपात प्रस्तुत करण्यास मनाई आहे.

'ज्ञान गीता' या मूळ हिंदी पुस्तकाचा मराठी अनुवाद

हे पुस्तक समर्पित आहे,
त्या सर्व भक्तांना ज्यांनी सगुण साकार
किंवा निर्गुण निराकार मार्गाने भक्तीचं
शिखर पादाक्रांत केलं आणि जगासाठी
भक्तिमार्गाचं द्वार खुलं केलं.

'ही माझी कहाणी नाही'
अजब ज्ञान

एक स्त्री अतिशय दुःखी होती. एकदा तिला दुःख अनावर झाल्याने रडतच ते आपल्या गुरूंकडे गेली. त्यांचा आश्रम निसर्गरम्य वातावरणात, सुंदर पर्वतराजींनी आध्यात्मिक सत्रांचं आयोजन करत असत. ती स्त्री जेव्हा त्या आश्रमात पोहोचली, तेव्हा तिथे अशाच एका आध्यात्मिक सत्राला प्रारंभ होणार होता. ती स्त्री तडक गुरूंच्या जवळ गेली आणि जोरजोराने रडू लागली. गुरूंनी तिला शांत करत तिच्या रडण्याचं कारण विचारलं. यावर ती तिच्या जीवनाची कहाणी सांगू लागली. तिचं बालपण कसं व्यतीत झालं, तिचं लग्न कसं झालं, जीवनात कशाप्रकारे सुख-दुःखं आली, पतीने तिला कसा आधार दिला... तिचा पती किती प्रामाणिक होता... काही दिवसांपूर्वीच त्यांचं निधन झालं. "आता तुम्हीच सांगा, इतक्या मोठ्या आघातातून मी कशी बाहेर येऊ? उर्वरित जीवन कशा प्रकारे जगू?" गुरुजींनी तिची संपूर्ण व्यथा ऐकली आणि तिला खुणेनेच बसण्याचा संकेत दिला.

सत्राला आरंभ करत त्यांनी सर्व शिष्यांकडे चौफेर नजर फिरवली आणि ते म्हणाले, "आतापर्यंत तुम्ही जे ज्ञान ग्रहण केलं, जी समज प्राप्त केली आहे, त्याद्वारे तुम्ही स्वतःला दुःखमुक्त करण्याची साधना करत आहात. प्रत्येक जण ज्या स्तरावर आहे, तेथून पुढील वाटचाल करत आहे. आता तुम्ही स्वतःशी सुरू असलेल्या युद्धाचा सामना करण्यासाठी सज्ज झाला आहात. मायारूपी कोणताही

तीर तुमच्याकडे आला तरीही युद्ध समाप्त करण्यासाठी तुम्ही समजरूपी तीर चालवायला सक्षम बनला आहात.''

गुरुजी पुढे म्हणाले, ''सर्वांनी या स्त्रीची कहाणी ऐकली. तुम्हा सर्वांचीदेखील आपापली कहाणी असेल. तुम्हाला जर आत्मचरित्र (ऑटोबायोग्राफी) लिहायला सांगितली तर ती तुम्ही किती पानांमध्ये लिहाल? आत्मचरित्र लिहायला प्रत्येकाला किती पानं लागतील, यावर प्रत्येकाने मनन करावं. सर्वांनी विचार करून उत्तर द्यावं.''

काही वेळ विचार केल्यानंतर एकाने उत्तर दिलं- दोनशे पानं... दुसरा म्हणाला- पाचशे पानं... कोणी हजार तर कोणी दोन हजार पानं... असं उत्तर दिलं आणि काही शिष्यांच्या मनात काय उत्तर द्यावं याविषयी संभ्रम निर्माण झाला.

शिष्यांची उत्तरं ऐकून गुरुजी म्हणाले, ''ठीक आहे. तुमचं आत्मचरित्र कितीही पानांचं असू द्या. त्या आत्मवृत्तातील अंतिम वाक्य तुम्हाला आज सांगितलं जाईल. कारण अंतिम वाक्य माहीत असेल, तर त्यानुसार तुम्ही जीवन जगाल.''

कोणत्याही चित्रपट दिग्दर्शकाला त्याच्या चित्रपटाचा अंत ठाऊक असतो. तो त्याच्या चित्रपटाचा शेवट असा करतो, की ते पाहून लोकांनी रोमांचित व्हावं आणि त्यांच्या मुखातून 'वॉव' असे उद्‌गार निघावेत. त्याचबरोबर चित्रपटही सुपरहिट व्हावा. चित्रपटाच्या शेवटी लोकांनी इतकं भावूक व्हावं, एकदम आश्‍चर्यचकित व्हावं आणि वॉव म्हणावं, यासाठी त्या चित्रपटातील इतर दृश्यांमध्ये अंतिम दृश्याला अनुसरून काही सुखद तर काही दुःखद घटना समाविष्ट केल्या जातात. या उद्देशानेच प्रत्येक दृश्याचं चित्रीकरण होतं, की क्लायमॅक्स (अंत) पाहून प्रत्येकाने नवल व्यक्त करावं, की 'असं दृश्य आजवर ना कोणी पाहिलं ना ऐकलं.'

सर्वांकडे दृष्टिक्षेप करत गुरुजी म्हणाले, ''आज तुम्हीदेखील तुमच्या कहाणीतील शेवटचं वाक्य कोणतं असेल, हे जाणणार आहात. मग भलेही ती कहाणी हजार पानांची असो वा दोन हजार पानांची.'' हे ऐकून शिष्यांचे कान टवकारले गेले.

गुरुजींनी पुढे सांगायला सुरुवात केली, ''कहाणीच्या शेवटच्या परिच्छेदात तुम्ही लिहाल 'बाय द वे, ही माझी कहाणी नव्हती.''

गुरुजींचं हे वाक्य ऐकून सर्वत्र शांतता पसरली. कोणी हूं की चू करेना.

वरकरणी शांती भासत असली तरी सर्वांच्या मनात चलबिचल सुरू झाली होती, 'अरे हे काय! आमच्या जीवनात तर किती खडतर प्रसंग आले, समस्या आल्या, त्यातून मार्ग काढण्यासाठी आम्हाला प्रयत्नांची पराकाष्ठा करावी लागली. त्यानंतर आम्हाला यश प्राप्त झालं... आणि तुम्ही म्हणता, की ही माझी कहाणी नाही...?'

गुरुजी सर्वांच्या मनातील घालमेल ओळखून म्हणाले, "हे वाक्य लक्षात ठेवा, की **'ही माझी कहाणी नाही.'** जे काही तुम्ही लिहिलं असेल, की आतापर्यंत माझ्यासोबत असं घडलं, अचानक संकट आलं, नोकरी गेली, व्यवसाय सुरू केला, मुलांनी खूप त्रास दिला, सुनेने तर आमचं नाकच कापलं, सासूने जीवन नकोसं केलं, प्रिय नातेवाइकाचं निधन झालं... अशी जी काही कहाणी तुम्ही लिहिली असेल, त्यातील अंतिम वाक्य आहे 'बाय द वे ही माझी कहाणी नव्हती.' तुमच्या आत्मचरित्रातील अंतिम वाक्य तुमच्या सदैव स्मरणात असेल, तर तुम्ही यथार्थ जीवन जगाल. यासाठी अंतिम वाक्य माहीत असणं ही कृपा आहे, जिचा वर्षाव तुमच्यावर होत आहे."

"हे तर अंतिम वाक्य होतं. आता तुम्हाला आणखी एक काम करायचं आहे." गुरुजी पुढे सांगू लागले- "काही पानांच्या खालच्या बाजूला 'फूट नोट' लिहिलेली असते. दिवसभरातील कामकाजाचा तपशील जेव्हा तुम्ही रात्री डायरीमध्ये लिहाल, की आज इतक्या वाजता उठलो... ऑफिसला उशिरा पोहोचलो... बॉसने फटकारलं... कामात चुका झाल्या... घरी परतताना वाहतूक ठप्प होती, त्यामुळे रस्त्यात अडकलो... सगळा दिवस बेकार गेला... अशा सगळ्या गोष्टी लिहिल्यानंतर दिवसाच्या अखेरीस त्या पानाच्या शेवटी खाली फूट नोट लिहा- 'हू ॲम आय इन धिस स्टोरी... या कहाणीत मी कोण आहे?'''

"हा प्रश्न तुम्हाला कहाणीतील शेवटच्या वाक्याची आठवण करून देईल. आता तुम्ही सकाळी कसं उठाल? एकदम उत्साहाने, अगदी ताजतवानं होऊन. मग दिवसभर याचा परिणाम जाणवत राहील आणि तुम्ही गुणगुणू शकाल, 'ही माझी कहाणी नाही... ही माझी कहाणी नाही...'''

गुरुजींचा उपदेश ऐकून त्या स्त्रीसह सर्व शिष्यांचे डोळे उघडले आणि ते त्याप्रमाणे जगू लागले. त्यांना आता यथार्थ जीवन जगण्याची युक्ती मिळाली होती.

'ही माझी कहाणी नाही' या अंतिम वाक्यावर दृढ कसं राहता येईल, यावर

प्रकाश टाकण्याचा प्रयत्न (indirectly) या पुस्तकात केला गेला आहे. आता हे ऐकून तुमच्या मनात असा प्रश्न निर्माण झाला असेल, की ही कहाणी माझी नाही तर 'मी कोण आहे आणि ही कहाणी कुणाची आहे?' गीतेच्या तेराव्या अध्यायात ही बाब अत्यंत स्पष्टपणे सांगितली आहे. ती अशी- हे शरीर आणि त्या शरीरात निर्माण होणाऱ्या भावना, अहंकार, विकार इत्यादी क्षेत्र आहे आणि या सर्वांना पाहणारा, जाणणारा स्वसाक्षी क्षेत्रज्ञ आहे. तुम्ही स्वतःला क्षेत्र समजून कहाणीत गुरफटून जाता. वास्तविक अशा वेळी तुम्ही क्षेत्रज्ञकडे शिफ्ट व्हायचं आहे. म्हणजेच ज्याच्या उपस्थितीत ही कहाणी सुरू आहे, त्याच्यावर शिफ्ट व्हायचं आहे. याबाबतीत दृढता निर्माण झाल्यानंतर तुम्ही कहाणीतील अंतिम वाक्यानुसार जीवन जगाल.

'मी क्षेत्रज्ञ आहे' यावर स्थिर होण्यासाठी 'भक्तियोग' महत्त्वपूर्ण ठरतो. भक्तिमार्गावर वाटचाल करून साधक सहजतया गुर्वाज्ञेत राहू शकतो आणि आज्ञेत राहिल्याने उच्च ज्ञान आत जाऊन ते अनुभवात कधी उतरलं, याचा पत्ताच लागत नाही. हा आहे भक्तीची महिमा.

जोपर्यंत भक्ती जागृत होत नाही, तोपर्यंत ती चांगली वाटत नाही,
एकदा भक्ती जागृत झाली, की तिच्यापेक्षा अधिक चांगलं काहीही वाटत नाही.

भक्तीपेक्षा अन्य कोणतीही गोष्ट चांगली वाटणार नाही, तेव्हा अहंकार पचवणं, आपल्या वृत्ती जाणणं, भावनांचा खेळ पाहणं, शरीराला साधन म्हणून पाहणं, स्वतःच्या कहाणीकडे शरीरापलीकडील क्षेत्रज्ञाद्वारे पाहणं आणि 'ही माझी कहाणी नाही' असं म्हणू शकणं अतिशय सोपं होईल.

गीतेतील 'भक्तियोग' या अध्यायात ही अद्भुत आणि अनोखी भक्ती आपल्यात भरून जाण्यासाठी कोणकोणते गुण विकसित करण्याची आवश्यकता आहे, याचा खुलासा केला गेला आहे. तुमची भक्ती कितपत यशस्वी झाली आहे, हे जाणण्यासाठी स्वतःच्या आत डोकावून पाहा, की यांतील किती गुण तुमच्यात उतरले आहेत?

चला तर मग, भक्तीत डुंबून क्षेत्र आणि क्षेत्रज्ञ यांना अनुभवातून जाणून ही घोषणा करायला सज्ज व्हा-**'ही माझी कहाणी नाही.'**

...सरश्री

अध्याय १२
भक्तियोग

॥ अध्याय १२ - सूची ॥

श्लोक	विषय	पृष्ठ
१-७	सगुण साकार, निर्गुण निराकार भक्ती उत्तम योगवेत्ता कोण............................	११
८-१२	भक्तीचे चार मार्ग सर्वांत श्रेष्ठ कोण............................	२१
१३-२०	भक्ताचे ३६ गुण परमात्म्याला प्रिय कोण........................	३१

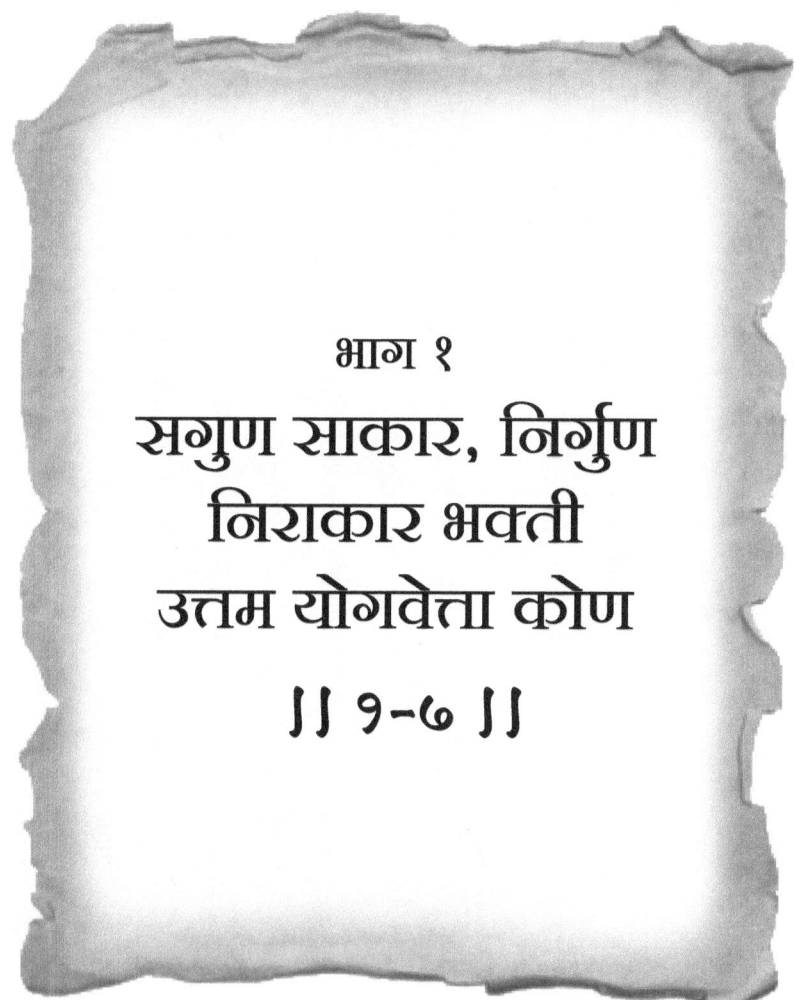

भाग १
सगुण साकार, निर्गुण निराकार भक्ती उत्तम योगवेत्ता कोण

|| १-७ ||

अध्याय १२

एवं सततयुक्ता ये भक्तास्त्वां पर्युपासते । ये चाप्यक्षरमव्यक्तं तेषां के योगवित्तमाः ।।१ ।।

मय्यावेश्य मनो ये मां नित्ययुक्ता उपासते। श्रद्धया परयोपेतास्ते मे युक्ततमा मताः।।२।।

ये त्वक्षरमनिर्देश्यमव्यक्तं पर्युपासते। सर्वत्रगमचिन्त्यं च कूटस्थमचलं ध्रुवम् ।।३।।

सन्नियम्येन्द्रियग्रामं सर्वत्र समबुद्धयः। ते प्राप्नुवन्ति मामेव सर्वभूतहिते रताः।।४।।

क्लेशोऽधिकतरस्तेषामव्यक्तासक्तचेतसाम् । अव्यक्ता हि गतिर्दुःखं देहवद्भिरवाप्यते ।।५ ।।

ये तु सर्वाणि कर्माणि मयि सन्नयस्य मत्पराः। अनन्येनैव योगेन मां ध्यायन्त उपासते ।।६ ।।

तेषामहं समुद्धर्ता मृत्युसंसारसागरात्। भवामि नचिरात्पार्थ मय्यावेशितचेतसाम् ।।७ ।।

१

श्लोक अनुवाद : अर्जुन म्हणाला, हे मनमोहना! जो अनन्य प्रेमी भक्तजन पूर्वी सांगितलेल्या प्रकारांनी निरंतर तुमच्या भजनात, ध्यानात मग्न राहून तुमची म्हणजे सगुणरूप परमेश्वराची भक्ती करतात आणि दुसरे जे केवळ अविनाशी सच्चिदानंदघन निराकार ब्रह्मालाच अतिश्रेष्ठ भावनेनं भजतात– त्या दोन्ही प्रकारच्या उपासकांमध्ये अत्युत्तम योगवेत्ता कोण आहे?।।१।।

गीतार्थ : भक्तियोग हा गीतेचा बारावा अध्याय असून श्रीकृष्णांनी भक्तीविषयक कित्येक बाबी या संपूर्ण गीतेत सांगितल्या आहेत. परंतु हा अध्याय मात्र खास भक्तीसाठी ठेवलाय. श्रीकृष्णांनी अर्जुनाला जेव्हा आपल्या विभूतींचा परिचय देऊन विश्वरूप दर्शन घडवलं, म्हणजे त्याला स्वतःतील खऱ्या अर्जुनाचं दर्शन घडवलं, तेव्हा गीतेत भक्तिसूत्रं उद्धृत केली. या अध्यायात पोहोचेपर्यंत अर्जुनाने संपूर्ण ब्रह्मज्ञान प्राप्त केलं होतं. त्याला स्वानुभवदेखील मिळाला होता, मग आता त्याच्यासाठी आणखी काय बरं शिल्लक होतं? तर आता त्याच्यासाठी एकच गोष्ट शिल्लक होती, ती म्हणजे या अनुभवाचं सेवन करणं... त्यातच कायमस्वरूपी स्थापित होणं. बस्स...

समजा, एक गायक आहे आणि देशातील सर्वश्रेष्ठ गायक हा पुरस्कार प्राप्त करणं, हे त्याचं उद्दिष्ट आहे. ते पूर्ण करण्यासाठी तो संगीतातील वेगवेगळ्या गुरूंकडे मार्गदर्शन घेण्यासाठी जातो. त्यांच्याकडून संगीतातील बारकावे शिकतो. त्यासाठी खूप कष्ट घेतो, रियाज करतो. अखेर एके दिवशी त्याच्या मेहनतीचं फळ त्याला मिळतंच. तो देशातील सर्वश्रेष्ठ गायकाला दिला जाणारा पुरस्कार प्राप्त करतो. याचाच अर्थ, जे उद्दिष्ट गाठण्यासाठी तो दिवसरात्र कष्ट घेतो, शेवटी ते प्राप्त करतोच. मग आता पुढे काय? तर तो पुढेदेखील तितक्याच तन्मयतेने संगीताचे धडे गिरवेल का... तितकाच रियाज करेल का? मात्र आता तो एखाद्या पुरस्कारासाठी नव्हे, तर संगीतावर त्याचं मनापासून प्रेम असल्याने तो हे सर्व करू शकेल... तो जेव्हा प्रलोभनं बाजूला ठेवून संगीताची भक्ती करेल, तेव्हा गाणं म्हणताना जो आनंद त्याला मिळेल तोच त्याच्यासाठी पुरस्कार ठरेल...

अध्याय १२ : २-४

एखाद्या गोष्टीवर अथवा कलेवर शुद्ध प्रेम असणं या गुणामुळे मनुष्य फळाची आसक्ती न बाळगता निरंतर कार्यरत राहू शकतो. सत्यमार्गावर वाटचाल करणाऱ्या साधकांच्या ईश्वराप्रति असलेल्या शुद्ध प्रेमालाच भक्ती असं संबोधलं जातं. हीच बाब साधकांनादेखील लागू होते. साधक पूर्ण ज्ञान मिळवतो, स्वानुभवदेखील प्राप्त करतो. परंतु तो जेव्हा त्याच्यात अनन्य भक्तीची ज्योत प्रज्वलित ठेवतो, तेव्हाच अनुभव कायमस्वरूपी टिकवून ठेवण्यात यशस्वी होतो.

असे बरेचसे साधक आहेत, जे उच्चावस्था प्राप्त केल्यानंतरही पुन्हा मायेच्या दलदलीत फसतात. कारण ते निरंतर अनन्य भक्ती करू शकत नाहीत. पण भक्ती हाच एकमेव असा गुण आहे, जो तुमचं ईश्वराशी मीलन घडवतो. इतकंच नव्हे तर तुम्हाला त्या अनुभवात कायमस्वरूपी स्थापित करतो.

श्रीकृष्णाचं विश्वरूप दर्शन घडल्यानंतर आता अर्जुन भक्तियोग समजून घेण्यासाठी तत्पर आहे. भक्तियोग या बाराव्या अध्यायात तो श्रीकृष्णाला पहिला प्रश्न विचारत आहे- 'साकार भक्ती आणि निराकार भक्ती यांपैकी कोणता मार्ग श्रेष्ठ आहे? या दोन्हीपैकी तुमच्या दृष्टीने कोणता योगी श्रेष्ठ आहे? हे मला समजत नाही. सगुणरूप परमेश्वराला प्रेमाने आणि श्रद्धेने सदैव भजणारा, की निराकार ब्रह्माच्या अनुभवात सदैव लीन असलेला...?' अर्जुनाच्या या प्रश्नाचं उत्तर श्रीकृष्ण पुढील श्लोकांमध्ये देत आहेत.

२-४

श्लोक अनुवाद : भगवान म्हणाले, हे अर्जुना! माझ्यात मन एकाग्र करून जे निरंतर माझं भजन-ध्यान करण्यात गुंतले आहेत, जे भक्तजन अतिशय श्रेष्ठ श्रद्धेने युक्त होऊन माझी, सगुणरूप परमेश्वराची भक्ती करतात, ते

अध्याय १२ : २-४

योग्यांमधील अत्युत्तम योगी, असं मी मानतो.।।२।।

परंतु जे पुरुष मन-बुद्धी यांपलीकडे, सर्वव्यापी असं अवर्णनीय स्वरूप आहे आणि सदैव एकरस राहणाऱ्या नित्य, अचल, निराकार, अविनाशी सच्चिदानन्दघन ब्रह्माचं निरंतर एकाग्रतेने ध्यान करत त्याला भजतात.।।३।।

इंद्रियसमुच्चयाला योग्य प्रकारे वश करून ते संपूर्ण भूतमात्राच्या हितासाठी कार्य करणारे आणि समभावात राहणारे योगी मलाच प्राप्त होतात.।।४।।

गीतार्थ : वरील श्लोकांमध्ये श्रीकृष्णांनी सांगितलेल्या गोष्टी समजण्यासाठी अर्जुनाने विचारलेल्या दोन मार्गांपैकी कोणता मार्ग श्रेष्ठ आहे, हे समजून घेणं आवश्यक आहे. यांपैकी पहिला मार्ग आहे- साकार भक्ती आणि दुसरा आहे- निराकार भक्तिमार्ग अथवा ध्यान मार्ग.

साकार भक्तिमार्ग : या मार्गात भक्त त्या परमचैतन्य ईश्वराच्या एखाद्या साकार प्रतिमेवर निष्ठा ठेवतो आणि त्या रूपात ईश्वराची भक्ती करतो. उदाहरणार्थ, मीरा, चैतन्य महाप्रभू, सूरदास इत्यादी भक्तांनी कृष्णरूपी ईश्वराची भक्ती केली. हनुमान, तुलसीदास, शबरी इत्यादींनी रामाला ईश्वर मानून त्याची भक्ती केली. अशाच प्रकारे कोणी शिवलिंगाची भक्ती करतो, तर एखादा ईश्वराला देवीच्या रूपात भजतो. अशा भक्तीला साकार भक्ती म्हटलं जातं. या भक्तीत लोक पूजा, विधी, व्रतवैकल्य, जप, पाठ, आरती, भजन, तीर्थयात्रा इत्यादी गोष्टींचा आधार घेतात.

निराकार भक्तिमार्ग अथवा ध्यानमार्ग : या मार्गात भक्त ईश्वराला निर्गुण, निराकार मानून त्याचं ध्यान करतो. या मार्गात पूजा, विधी, व्रतवैकल्य, जप, पाठ, आरती इत्यादी कर्मकांडांऐवजी केवळ ध्यान आणि प्रार्थना यांद्वारे भक्ती केली जाते. संत कबीर, भगवान बुद्ध, भगवान महावीर, गुरू नानक, मोहम्मद पैगंबर इत्यादी श्रेष्ठ संतांनी हा निराकाराचा मार्ग चोखाळला.

ईश्वराच्या नावावर एखादा पूजा-विधी पूर्ण करणं किंवा डोळे बंद

करून ध्यानमुद्रेत बसणं म्हणजे भक्ती नव्हे. हे आपण गीतेतील प्रारंभीच्या अध्यायांमध्ये जाणलंच आहे. तर आपलं मन सतत शुद्ध करणं, ते पवित्र आणि निर्मळ ठेवणं, आपल्या मनात सर्वांप्रति प्रेम आणि करुणा जोपासणं, इंद्रियांना संयमित आणि अनुशासित बनवणं, अकर्ता भावनेनं कर्म करणं, प्रत्येक परिस्थितीत समभाव राखणं, सर्व जिवांकडे समदृष्टीने पाहणं, हळूहळू अहंकारशून्य होणं. शिवाय 'सर्वकाही ईश्वराद्वारेच घडत आहे, त्यामुळे ही माझी कहाणी नव्हे' ही समज अंगीकारून जीवन जगणं.

ज्या मार्गाद्वारे भक्तामध्ये ही अवस्था निर्माण होते, तोच त्याच्यासाठी योग्य भक्तिमार्ग आहे. हे दोन्ही मार्ग भिन्न असले तरी त्यांचा उद्देश आणि परिणाम मात्र एकच असतो. तो म्हणजे स्वबोध किंवा स्वानुभव प्राप्त करणे...

श्रीकृष्णदेखील हेच सांगत आहेत, की 'माझ्यात मन एकाग्र करून निरंतर माझं भजन-ध्यान करण्यात लीन झालेले भक्त पूर्णपणे श्रद्धावान बनून माझी म्हणजेच साकार परमेश्वराची भक्ती करतात. खरंतर तेच सर्वोत्तम योगी आहेत. शिवाय जे भक्त इंद्रियांना वश करून निराकार ब्रह्माचं निरंतर एकाग्रतेने ध्यान करत माझीच आराधना करतात, ते संपूर्ण भूतांच्या कल्याणासाठी झटत राहतात, सर्वांप्रति समभाव ठेवतात, ते योगी मलाच प्राप्त होतात.'

तात्पर्य, ज्या भक्ताचं मन ईश्वरात एकाग्र आहे, ज्याच्या मनात माझ्याविषयी पूर्ण श्रद्धा आहे, जो निःस्वार्थ भावनेने सर्वांचं कल्याण व्हावं या उद्देशानेच कार्यरत असतो आणि जो सर्वांकडे समदृष्टीने पाहतो, तो योगी मला प्रिय आहे. तोच मला प्राप्त करतो. मग तो भक्त साकार मार्गातील असो वा निराकार! त्याने ईश्वराला काहीच फरक पडत नाही. कारण अनन्य भक्तीद्वारे मीरेने जी परमावस्था प्राप्त केली, तीच कबिरांनीदेखील प्राप्त केली होती... मग ती कोणत्या मार्गाने केली या गोष्टीने काहीच फरक पडत नाही.

इथे आणखी एक मुद्दा स्पष्ट करायचा आहे. तो म्हणजे श्रीकृष्ण जेव्हा

अध्याय १२ : ५

भक्तांविषयी असं म्हणतात, 'मला प्रिय आहे किंवा मला प्राप्त होतो' तेव्हा लोक असं समजतात, की श्रीकृष्ण हे साकार रूप आहे आणि म्हणूनच ते सगुण, साकार भक्तीचं गुणगान करत आहेत. परंतु वास्तव हे नाही. ते 'मी' हा शब्दप्रयोग स्वतःच्या शरीरासाठी करत नाहीत, तर त्या उच्च चेतनेसाठी करत आहेत, जी त्या वेळी त्यांच्या शरीरातून अभिव्यक्त होऊन गीतेच्या रूपात मार्गदर्शन करत होती.

५

श्लोक अनुवाद : परंतु– त्या सच्चिदानंदघन निराकार ब्रह्मात आसक्तचित्त असणाऱ्या पुरुषांचे परिश्रम, साधना विशेष आहेत. कारण देहाभिमानींद्वारे अव्यक्ताची प्राप्ती दुःख सोसून, कष्टपूर्वक केली जाते.।।५।।

गीतार्थ : श्रीकृष्ण भक्तीच्या दोन्ही मार्गांविषयी आपलं मत प्रकट करत आहेत, 'वास्तविक पाहता दोन्ही मार्गांनी माझ्यापर्यंत, ईश्वरापर्यंत पोहोचता येऊ शकतं. परंतु यांपैकी निराकार भक्तीचा मार्ग देहाभिमानींसाठी कठीण आहे.' इथे देहाभिमानीचा अर्थ आहे– असा मनुष्य जो स्वतःची खरी ओळख (मी ईश्वर आहे) विसरून स्वतःला वेगळी व्यक्ती मानून सीमित जीवन जगत असतो. तो आयुष्यभर देहाच्या अभिमानातच गुरफटलेला राहतो. आरशात आपला आकार पाहून त्याची जी बाह्य सीमा दिसते, ती पाहून त्याच्यात हाच 'मी' आहे, हा भ्रम निर्माण होतो.

ज्ञानयोगाची पूर्ण समज प्राप्त केल्यानंतर जर निराकार भक्ती केली तर ती कठीण नाही. परंतु साधकाच्या प्रारंभिक अवस्थेत ती कठीण वाटू शकते. कारण बहुसंख्य लोक निराकारात मन टिकवू शकत नाहीत. मनुष्याचं मन टिकवून ठेवण्यासाठी काही आधाराची आवश्यकता असते. समजा, तुमच्यासमोर एक दीप प्रज्वलित करून ठेवला आणि तुम्हाला सांगितलं, 'या दिव्याच्या ज्योतीच्या आजूबाजूला असलेल्या मोकळ्या जागेवर तुमचं

मन केंद्रित करा... ती स्पेस पाहा...' तरीदेखील तुमचं लक्ष वारंवार त्या ज्योतीवरच जाईल, रिकाम्या जागेवर जाणार नाही... कारण निराकारावर लक्ष केंद्रित होणं कठीण असतं.

देहाभिमानी मनुष्य स्वतःला शरीराच्या रूपात पाहतो, खरंतर त्याच्यासाठी ईश्वराला देहरूपात पाहून त्याची भक्ती करणं सोपं असतं. हे लक्षात घेऊनच ईश्वराची श्रीकृष्ण, श्रीराम, देवी इत्यादी सुंदर रूपं दर्शवली गेली आहेत. जेणेकरून त्या रूपांवर मन एकाग्र करणं सहज व्हावं. वास्तवात शिवलिंग हेदेखील शिवाच्या निराकार अवस्थेचीच प्रतीकात्मक प्रस्तुती होती. परंतु कालांतराने तीही एक आकारच बनली. याव्यतिरिक्त शिवाला जटाधारी, गंगाधारी मानवी देहरूपात दाखवलं गेलंय.

ईश्वराच्या कोणत्याही सुंदर साकार रूपाचा आधार घेऊन, भक्त प्रेमाने भक्तिमार्गावर पुढे मार्गक्रमण करतात. तो आकार पाहून ते त्याची स्तुती करू शकतात, त्याच्याकडे प्रार्थना करू शकतात. 'समोर जे रूप आहे, ते त्याचं बोलणं ऐकत आहे' असं त्या भक्ताला वाटत असतं. कारण आकारातच ते ईश्वराला अनुभवत असतात.

तुम्ही जर पूर्वीच्या काळातील पौराणिक कथा वाचल्या, तर पूर्वी ऋषि-मुनी, संत इत्यादी अरण्यात, पर्वतावर राहून निराकार भक्ती करत असत. तेथे ते तपश्चर्या, ध्यान इत्यादी करत असत. असं करणं त्यांच्यासाठी खूप सहज होतं. याचं पहिलं कारण, मायेने लिप्त असलेल्या जगाचा प्रभाव त्यांच्यावर पडत नसल्याने त्यांचं मन आणि इंद्रियं अनुशासित होत असत. दुसरं कारण, त्यांना निराकाराचं ज्ञान म्हणजेच सांख्ययोगाची समज होती. तिसरं कारण, ते स्वतःप्रमाणेच देहनिराभिमानी (स्वतःला शरीर न समजणाऱ्या) लोकांच्या संघात, सान्निध्यात राहत असत. त्यामुळे ते निराकार भक्ती करू शकत. परंतु संसारी भक्तांसाठी आणि गुरूंकडून ज्ञान प्राप्त न केलेल्या भक्तांसाठी साकार भक्तीच योग्य ठरते.

६-७

श्लोक अनुवाद : परंतु– जे माझ्यात लीन राहणारे भक्तजन संपूर्ण कर्मं मलाच अर्पण करून माझं, सगुणरूप परमेश्वराचंच अनन्य भक्तियोगाने निरंतर चिंतन करत भक्ती करतात।।६।।

हे अर्जुना! त्या माझ्यात चित्त लावणाऱ्या प्रेमी भक्तांचा, मी शीघ्र गतीने मृत्युरूप समुद्रातून उद्धार करणारा आहे।।७।।

गीतार्थ : भक्ताचं साध्य एकच असतं. भक्ताची आंतरिक अवस्थादेखील एकच असते. तो ईश्वरात लीन होतो, ईश्वरावरील प्रेमात त्याचं चिंतन करण्यात गढून जातो. जगात जे काही घडतंय, ते सर्व ईश्वरच करत आहे, ही समज साधकाला निराकार मार्गात मिळते. त्यामुळे त्याच्यात कर्ताभाव नसल्याने, कर्मबंधनही बनत नाही. कारण जे काही घडत आहे, ती माझी कहाणी नाही, याचा दिग्दर्शक (कर्ता) तर केवळ ईश्वरच आहे. हे भक्ताला स्पष्टपणे माहीत असतं.

अशाच प्रकारे साकार भक्तिमार्गात साधकाला 'मी ईश्वराचा सेवक आहे किंवा त्याचं निमित्तरूप आहे' ही समज असते. तो माझ्याकडून जसं करून घेईल, तसं मी करेन. अशा प्रकारे भक्तीत रममाण झालेला भक्त कर्मफलाबाबत आसक्त राहत नाही. त्याला जे फळ मिळतं, ते तो ईश्वराचा प्रसाद समजून स्वीकारतो आणि भक्तीतच आनंदी राहतो. अशा प्रकारे तो कर्मबंधनात अडकत नाही.

मागच्या श्लोकात सांगितलं, की एखाद्या आकाराचा आधार घेऊन ईश्वराची भक्ती करणं सहज सोपं असतं. यासाठीच श्रीकृष्ण भक्ताचा (अर्जुनाचा) स्वभाव, त्याच्या वृत्ती आणि तयारी यांनुसार त्याच्यासाठी साकार भक्तीचा मार्ग उत्तम आहे असं त्याला सांगत आहेत. 'माझ्यात लीन राहणारे भक्तजन संपूर्ण कर्म मलाच अर्पण करतात. शिवाय मला,

सगुणरूप परमेश्वरालाच अनन्य भक्तियोगाद्वारे निरंतर चिंतन करतात, त्या प्रेमी भक्तांचा मी मृत्युरूपी संसारसागरातून उद्धार करतो.'

मृत्युरूपी संसारसागरातून उद्धार करण्याचा उल्लेख ज्या वेळी येतो, त्या वेळी लोक त्याचा पुढील प्रमाणे अर्थ घेतात- 'एकतर आम्ही मरणार नाही' किंवा 'मृत्युनंतर सदैव स्वर्गलोकातच राहू आणि पुन्हा पृथ्वीवर जन्म घेणार नाही.' वास्तविक असा याचा अर्थ नाही. मृत्युरूपी संसारसागरातून उद्धार होणं म्हणजे भक्तिमार्गावर वाटचाल करत भक्ताला शेवटी अहंकारशून्य अवस्था प्राप्त होणं. त्यामुळे त्यांच्यात 'मी'चा जन्म आणि मृत्यू होत नाही. ते स्वानुभव प्राप्त करून सदैव त्यातच स्थापित होतात. त्यानंतर ते या शरीरात राहिले काय अथवा शरीराबाहेर सूक्ष्म अवस्थेत राहिले काय, याने काहीही फरक पडत नाही. कारण त्यांच्यात अहंकाराचा जन्म आणि मृत्यू होत नाही. ते सदैव मुक्त आत्मा असतात. संत मीराबाईंनी साकार मार्ग अनुसरून तीच मुक्त अवस्था प्राप्त केली होती, तर भगवान बुद्ध, भगवान महावीर, संत कबीर यांनी निराकार मार्गावर वाटचाल करून ही अवस्था प्राप्त केली...

● मनन प्रश्न :

१. तुमच्या गीतेनुसार तुमच्यासाठी भक्तीचा कोणता मार्ग श्रेष्ठ आहे, साकार की निराकार मार्ग आणि का? यावर मनन करा.

२. आतापर्यंत तुमच्यात साकार मार्ग आणि निराकार मार्ग यांविषयी कोणत्या धारणा होत्या? हा भाग वाचून कोणती नवीन समज प्राप्त झाली आणि त्या समजेद्वारे कोणते लाभ मिळाले?

भाग २

भक्तीचे चार मार्ग
सर्वांत श्रेष्ठ कोण

॥ ८-१२ ॥

अध्याय १२

मय्येव मन आधत्स्व मयि बुद्धिं निवेशय । निवसिष्यसि मय्येव अत ऊर्ध्वं न संशयः ।।८।।

अथ चित्तं समाधातुं न शक्नोषि मयि स्थिरम् । अभ्यासयोगेन ततो मामिच्छाप्तुं धनञ्जय।।९ ।।

अभ्यासेऽप्यसमर्थोऽसि मत्कर्मपरमो भव। मदर्थमपि कर्माणि कुर्वन्सिद्धिमवाप्स्यसि ।।१०।।

अथैतदप्यशक्तोऽसि कर्तुं मद्योगमाश्रितः। सर्वकर्मफलत्यागं ततः कुरु यतात्मवान् ।।११।।

श्रेयो हि ज्ञानमभ्यासाज्ज्ञानाद्ध्यानं विशिष्यते । ध्यानात्कर्मफलत्यागस्त्यागाच्छान्तिरनन्तरम् ।।१२ ।।

८

श्लोक अनुवाद : म्हणून हे अर्जुना! तू माझ्यातच मन आणि बुद्धीही लाव. त्यानंतर तू माझ्यातच निवास करशील, यात कोणतीही शंका नाही.।।८।।

गीतार्थ : पुढे श्रीकृष्ण अर्जुनाला त्याची गीता सांगत आहेत, 'तू केवळ ईश्वरावर मन एकाग्र कर... माझं ध्यान कर... बुद्धीदेखील माझ्याठायीच लाव... माझंच चिंतन कर... मायेत गुरफटू नकोस... माझ्यात लीन होऊन कर्तव्य कर्म करत राहा... ज्यायोगे तू माझ्या चेतनेतच स्थापित राहून जगात आपली भूमिका निभावत राहशील आणि त्यापासून मुक्तही राहशील... अशा प्रकारे तुझं कल्याणच होईल.'

श्रीकृष्णांनी अर्जुनाला त्याच्या गीतेनुसार साकार मार्ग सुचवला. यावरून भक्ताच्या प्रवासात त्याचा स्वभाव, तयारी, पात्रता यांचा विचार करून त्याला पुढील मार्ग सुचवणाऱ्या गुरूंचं महत्त्व किती अगाध आहे, हे लक्षात येतं. एकच मार्ग सर्वांसाठी योग्य ठरू शकत नाही. रामकृष्ण परमहंस स्वतः कालीमातेचे भक्त होते. परंतु त्यांनी नरेंद्रनाथ (जे पुढे स्वामी विवेकानंद म्हणून प्रसिद्ध झाले) यांना निराकार ध्यानमार्गाने पुढील वाटचाल करायला सांगितली. त्यांचे आणखीही एक शिष्य होते, जे प्रापंचिक जीवनात राहून साकार भक्ती करत होते. एकदा नरेंद्रने त्या दुसऱ्या भक्ताशी काही ज्ञानविषयक चर्चा केली. त्यानंतर तो भक्त त्याचा मार्ग सोडून नरेंद्रप्रमाणेच ध्यान करू लागला. परंतु ध्यान करून त्याची आध्यात्मिक प्रगती झाली नाही. रामकृष्ण परमहंसांना जेव्हा हे समजलं, तेव्हा ते नरेंद्रला खूप रागावले आणि म्हणाले, 'तुझ्यामुळे त्या भक्ताची खूप हानी झाली. तो त्याच्या मार्गात चांगली प्रगती करत होता. पण तू त्याला पथभ्रष्ट करून खाली आणलंस. त्याच्यासाठी ध्यानमार्ग योग्य नव्हता, जो तुझ्यासाठी होता...'

भक्ती करताना भक्ताच्या मनात जिज्ञासा आणि अनेक शंका निर्माण होतात. कधी कधी स्वतःवरच शंका येते. 'मी योग्य मार्गाने चाललो आहे की नाही...' तर कधी गुरूंवर शंका येते. परंतु तो एक काळ असतो, जो भक्ती आणि श्रद्धा यांच्या आधाराने व्यतीत होतो. अशा वेळी 'तो काळदेखील निघून जावा, जेणेकरून योग्य रीतीने माझा प्रवास पूर्ण व्हावा... याच जीवनात मला सत्य प्राप्त

व्हावं,' अशी प्रार्थना तुम्ही करायला हवी. गुरूंच्या आज्ञेचं पालन करून आणि ईश्वरभक्तीत तल्लीन होऊन तुम्ही असं करू शकता.

९

श्लोक अनुवाद : आणि जर तू मनाला माझ्याठायी स्थापन करण्यात समर्थ नसशील तर हे अर्जुना! अभ्यासरूप योगाद्वारे मला प्राप्त करण्याची इच्छा बाळग।।९।।

गीतार्थ : या श्लोकात श्रीकृष्ण अर्जुनाला सांगतात, 'तू जर मन आणि बुद्धी यांसह तुझं चित्त मला अर्पित करण्यासाठी पूर्णपणे समर्थ नसशील आणि त्या अधून-मधून मायेकडे धाव घेत असतील, तर दिवसभरातील कार्यबाहुल्यामधून काही वेळ काढून मन आणि बुद्धी माझ्यावर एकाग्र कर.' अभ्यासरूप योग करण्याची इच्छा बाळग. कारण अभ्यास कधी सुरू होतो? जेव्हा तुझ्यात शुभेच्छा जागृत होईल, तेव्हाच अभ्यास सुरू होतो. प्रार्थना केल्यानंतर काय घडतं? तर ती इच्छा जागृत होते. मग तुम्ही अभ्यासाला प्रारंभ करता, म्हणजेच काही गोष्टी वारंवार करता.

एखाद्या गोष्टीचा पुनःपुन्हा अभ्यास केल्याने ती बाब तुमच्यासाठी सहज, सोपी बनते. यासाठी श्रीकृष्ण 'अभ्यास' हा पहिला मार्ग सुचवतात. जसं, एखादा खेळाडू खेळाची सुरुवात करण्याआधी त्याचा अभ्यास करतो. मग त्यानंतर हळूहळू त्यात तो प्रवीण बनत जातो.

भक्तिमार्गात ईश्वराचं नामस्मरण आणि त्याच्या गुणांचं श्रवण, कीर्तन, मनन, जप, सत्यग्रंथांचं पठण-वाचन इत्यादी बाबी वारंवार करत राहणं यालाच 'अभ्यास योग' असं म्हटलं गेलं आहे. श्रीकृष्ण सांगतात, 'सत्यश्रवण पठण, मनन करा. यांद्वारे तुमच्या मनाला माझ्या सहवासाचं सुख प्राप्त होईल. किमान तितक्या कालावधीपुरतं तरी मनाला विषय-वासनेप्रति (मायेप्रति) अरुची निर्माण होईल. मग जसजसं तुझं चित्त माझ्यावर केंद्रित

अध्याय १२ : ९

होत जाईल, तसतसं ते प्रापंचिक गोष्टींमधून दूर होत जाईल. माझ्यावर चित्त एकाग्र करता करता अंतिमतः ते नमन होईल. हाच 'अभ्यास-योग' आहे, असं समज. यासाठीच अभ्यास-योगाद्वारे (भक्तिसाधनेद्वारे) तू मला येऊन भेटशील.'

भक्ती स्वतःच स्वयंपूर्ण आहे. कारण भक्ती जागृत झाल्यानंतर मनुष्याच्या इतर सर्व शक्यता आपोआप खुलू लागतात. ज्ञानाला जेव्हा भक्तीची जोड लाभते, तेव्हाच संपूर्णता प्राप्त होते.

लोकांना आपल्या वृत्ती आणि चुकीच्या संस्कारांतून मुक्त होता यावं, हाच भक्तीचा मूळ उद्देश आहे. याचाच अर्थ, विकार उफाळून आल्यानंतर वा क्रोधातही त्याच्याकडून भक्तियुक्त प्रतिसाद दिला जावा, गुरूंच्या आज्ञेचं पालन व्हावं. तुम्ही जितक्या वेळा भक्तियुक्त प्रतिसाद देऊ शकता, किमान तितका तरी द्यायलाच हवा. म्हणजेच तुम्हाला जितकं शक्य आहे, तितका प्रयत्न तुम्ही करायलाच हवा. यासाठीच तुम्ही नेहमी 'तरीदेखील' हा शब्द स्मरणात ठेवायचा आहे आणि ते केवळ भक्तीमुळे सहज शक्य होतं. उदाहरणार्थ, क्रोध येत असताना तुम्ही स्वतःशी म्हणा, 'मला क्रोध येत आहे, तरीदेखील मी नम्र प्रतिसाद देईन.' अशा प्रकारे 'तरीदेखील' हा शब्द विकारांतून मुक्तीसाठी आपल्या योजनेचंच एक अंग बनवा. ज्याचा तुम्हाला खूप लाभ होईल. यासाठीच तुम्ही तुमच्यात भक्तीचा शीतल अग्नी प्रज्वलित करायला हवा, जेणेकरून त्यात मनाच्या साऱ्या चुकीच्या वृत्ती आणि विकार जळून भस्म व्हावेत.

तुम्ही जेव्हा जेवण करता तेव्हा शरीररूपी मशिन आपोआप ते पचवण्याचं काम सुरू करतं. ते जेवण पचवण्यासाठी तुम्हाला इतर काही करावं लागत नाही. अगदी अशाच प्रकारे भक्तीरूपी अग्नीत तप्त होऊन सर्व विकार जळून जातात. त्यानंतर तुम्हाला समजतं, अरे! यासाठी तर मला काहीच करावं लागलं नाही. जे काही घडत आहे, ते अतिशय सहजपणे

आणि प्रेमाने होत आहे. एखादं काम जेव्हा प्रेमाने केलं जातं, तेव्हा ते काम, काम वाटतच नाही. मग ते तुम्हाला दिवस-रात्र करावं लागलं तरीही! असं का होतं? तर ते काम तुम्हाला आनंददायी वाटतं. आपल्या मुलाचं उत्तम प्रकारे संगोपन करण्यासाठी एक आई जशी दिवसभर नोकरी करते, मेहनत करते. मात्र या प्रक्रियेत तिला मुलासाठी मला किती कष्ट करावे लागतात असा विचार येत नाही. चुलीवर भांडं ठेवल्यानंतर अन्न आपोआप शिजतं, तसंच भक्तीच्या शीतल अग्नीत सर्व विकार भस्म होऊन जातात.

कित्येक लोक मनावर विजय प्राप्त करण्यासाठी कठोर साधना करतात, परंतु त्यात ते अपयशी ठरतात. यासाठीच तुम्ही मनाला प्रेमाने तयार करायचं आहे आणि त्याला भक्तिरसाचा स्वाद द्यायचा आहे. ईश्वरीय भक्तीत जेव्हा मन शुद्ध होऊन ते प्रत्येक वृत्तीतून मुक्त होऊ लागतं, तेव्हा भक्ती फुलते, बहरते आणि पूर्णत्वाला जाते.

१०-११

श्लोक अनुवाद : आणि जर वरील अभ्यास करण्यात असमर्थ असशील तर तू केवळ माझ्यासाठी कर्म करायला तत्पर राहा. अशा प्रकारे माझं निमित्त बनून कर्मं करत असतानाही तू माझ्या प्राप्तीरूप सिद्धीला प्राप्त होशील।।१०।।

आणि जर तू माझ्या प्राप्तिरूप योगाचा आश्रित होऊन वरील साधना करण्यातही असमर्थ असशील तर मन-बुद्धी इत्यादींवर विजय प्राप्त करून सर्व कर्मांच्या फळाचा त्याग कर।।११।।

गीतार्थ : काही लोकांची दिनचर्या इतकी व्यग्र असते, की त्यांच्याकडे सत्यश्रवण, पठण, मनन, जप इत्यादींचा अभ्यास करण्यासाठी वेळच नसतो. परंतु तरीही त्यांच्या हृदयात ईश्वराप्रति भक्ती असते. ते सतत कर्मरत (कार्यरत) राहून विचार करतात, 'मलाही वेळ असता, तर मीदेखील निश्चितपणे भक्ती केली असती... असं वाटतं, की हे सगळं सोडून कुठेतरी

निघून जावं आणि आरामात बसून भक्ती करावी...' परंतु श्रीकृष्ण सांगतात- 'तुम्हाला काहीही सोडण्याची अथवा जबाबदाऱ्यांपासून पलायन करण्याची आवश्यकता नाही, तुमच्यासाठीदेखील मार्ग आहेत.'

ते सांगतात, 'तुम्ही दिवसभरात जे काही कर्म कराल ते माझ्यासाठीच करा... माझं निमित्त बनून करा.' याचाच अर्थ, आतापर्यंत तुम्ही स्वतःसाठीच काम करत आलाय, घरासाठी करत आलाय, बॉससाठी करत आलाय. परंतु आतापासून ती सर्व कार्यं माझ्यासाठी करायला सुरुवात करा. मलाच तुमचा बॉस मानून ईश्वराचे नोकर बना.

या समजेसह ईश्वराला सांगायचं आहे- 'हे काम मी तुझ्यासाठी करणार आहे. खरंतर मला हे आवडत नाही, कंटाळवाणं वाटतंय. परंतु मी तुझ्यासाठी नक्कीच करेन. तुझी इच्छा आहे म्हणून करणार आहे.' अशा प्रकारे कर्म करणंदेखील एक प्रकारे भक्तीच आहे. बाह्यतः कर्म तेच असेल, परंतु आतून भावना बदलायची आहे, की 'सर्व कार्यं ईश्वराचीच आहेत आणि माझ्याद्वारे तोच करून घेत आहे, मी त्याच्यासाठीच करत आहे.' ही समज जरी हृदयात जोपासून आपलं कर्तव्यकर्म केलं तरीही तुम्ही मायेपासून वाचाल आणि माझ्या छत्रछायेत राहाल.

अकराव्या श्लोकात श्रीकृष्ण सांगत आहेत, की 'माझ्यासाठी कर्म करणं तुम्हाला शक्य नसलं तरीदेखील काही हरकत नाही. त्यानंतरही तुमच्यासाठी मार्ग शिल्लक आहेत. स्वतःसाठी कर्म करणं ठीक असलं तरी आपलं मन, बुद्धी आणि इंद्रियं यांवर विजय प्राप्त करा. मग त्यानंतर जे काही कर्म होईल, किमान त्या कर्मांच्या फळांचा तरी त्याग करा. त्या फळाविषयी आसक्ती ठेवू नका. जे काही मिळालं, जशा अवस्थेत मिळालं, ते मलाच अर्पण करा, स्वतःकडे ठेवू नका. असं केल्यानेदेखील तुम्ही बंधनांमध्ये गुरफटले जाणार नाहीत.'

अध्याय १२ : १२

१२

श्लोक अनुवाद : मर्म न जाणता केलेल्या अभ्यासापेक्षा ज्ञान श्रेष्ठ आहे, ज्ञानापेक्षा माझं, परमेश्वर स्वरूपाचं ध्यान श्रेष्ठ आहे आणि ध्यानापेक्षाही सर्व कर्मांच्या फळाचा त्याग श्रेष्ठ आहे; कारण त्यागाने तत्काळ परमशांती लाभते.॥१२॥

गीतार्थ : प्रस्तुत श्लोकात पहिली ओळ अतिशय महत्त्वपूर्ण आहे. 'मर्म न जाणता केलेल्या अभ्यासापेक्षा ज्ञान श्रेष्ठ आहे.' मर्म म्हणजे मूळ समज, एखाद्या विषयाचं सार. आपण अमुक काम का करत आहोत? त्याने आपल्याला काय लाभ होणार आहेत? ते काम करणं का गरजेचं आहे, याची समज जोपर्यंत आपल्याला नसते, तोपर्यंत ते काम करण्याचा योग्य लाभ मिळत नाही. ते कर्म जर ईश्वरप्राप्तीसाठी केलं जात असेल, तर त्यात समज असणं अनिवार्य ठरतं.

आपण पाहिलं असेल, की लहान मुलामुलींकडून बालपणीच काही मंत्र, श्लोक, स्तोत्र इत्यादी पाठ करून घेतले जातात आणि आई-वडील त्यांना सांगतात, 'तुम्ही जर हे पाच-दहा वेळा उच्चारले तर ईश्वर तुमच्यावर अतिशय खुश राहील.' आता ती मुलं मोठी झाल्यानंतरही त्या मंत्रांचा, श्लोकांचा अभ्यास करत राहतात. पण त्याचा अर्थ काय, ते केल्याने कोणता लाभ होईल, हे न जाणताच करत राहतात. अशा प्रकारे काही लोक अर्थ न जाणताच रामायण-गीता यांतील संस्कृत श्लोक मुखाने म्हणतात. कारण त्यांच्यासाठी हा एक नियम घालून दिलेला असतो, ज्याचं ते पालन करत असतात. खरंतर त्यांच्यासाठी तीच भक्ती असते.

अशा अभ्यासाचा कर्म आणि चिंतन यांवर काहीही परिणाम होत नाही. ते एक वेगळ्या व्यक्तीसारखं (अहंकारयुक्त) जीवन जगून जगाचा निरोप घेतात. परंतु ज्याला ज्ञान मिळालं आहे, योग्य समज मिळाली आहे,

अध्याय १२ : १२

तो जाणतो, की केवळ पोपटपंची करून काहीही साध्य होणार नाही. ईश्वराची अनुभूती घेण्यासाठी आपलं मन, बुद्धी, वृत्ती यांवर कार्य करायला हवं. ईश्वराशी एकरूप होऊन निःस्वार्थ जीवन जगायला हवं. यासाठीच श्रीकृष्ण सांगत आहेत- 'मर्म न जाणता केलेल्या अभ्यासापेक्षा ज्ञान श्रेष्ठ आहे.'

श्रीकृष्ण पुढे सांगतात- 'ज्ञानापेक्षाही माझ्या, परमेश्वराच्या स्वरूपाचं ध्यान श्रेष्ठ आहे.' अर्थात ज्ञानापेक्षा ईश्वराचं ध्यान श्रेष्ठ आहे. त्याचं चिंतन म्हणजेच केवळ ज्ञान मिळवून काही प्राप्त होत नाही. ते ज्ञान जीवनात उतरवणं, आचरणात आणणंदेखील तितकंच गरजेचं असतं. अन्यथा लोक ज्ञानी पंडित बनून श्रेष्ठतेच्या अहंकारात गर्क होतात. इतरांना शास्त्रार्थात पराजित करणं वा एखाद्या धार्मिक संस्थेत पद प्राप्त करणं, हेच त्यांचं उद्दिष्ट बनतं. ते ईश्वरप्राप्तीऐवजी सिद्धी आणि शक्ती प्राप्त करण्यात गुंततात. खरंतर रावणदेखील ज्ञानी होता. परंतु त्याच्या मनात हनुमानासारखं निःस्वार्थ ईश्वरप्रेम नव्हतं. त्यामुळे शेवटी त्याचा पराभव झाला. ज्ञानी तोच जो ईश्वर-भक्तीच्या मार्गावर भक्ताचा विकास करतो, त्याचा अहंकार क्षीण करतो.

श्रीकृष्ण पुढे सांगतात- 'ध्यानापेक्षाही सर्व कर्मांच्या फळाचा त्याग श्रेष्ठ आहे. कारण त्यागाने त्वरित परमशांती लाभते.' इथे श्रीकृष्ण अशा लोकांना संदेश देतात, ज्यांना ईश्वराच्या स्वरूपाचं ज्ञान आहे, जे त्याचं चिंतन, भजन इत्यादी करतात, परंतु त्यांची भक्ती त्यांच्या कर्मात उतरत नाही. त्यांच्यात कर्ताभाव प्रबळ असतो. ते कर्म आणि कर्मफळावरील त्यांची पकड ढिली करू शकत नाहीत. असे भक्त मुखाने म्हणतात,'माझा ईश्वरावर पूर्ण विश्वास आहे, आमचा तोच आधार आहे... त्याची इच्छा तीच आमची इच्छा...' परंतु फळ मिळाल्यानंतर सुख-दुःखाच्या चक्रात गुरफटतात. वास्तविक ईश्वरभक्ती अशा स्तरावर व्हावी, ज्यायोगे ईश्वराचं निमित्त बनण्यासाठीच्या कर्मात तुमचा उत्साह ओसंडून जावा. शिवाय मिळालेलं फळ त्याचा प्रसाद मानूनच ग्रहण केलं जावं. कर्मफळाचा पूर्णपणे त्याग करावा.

अध्याय १२ : १२

श्लोकात अभ्यासरूप योगापेक्षा ज्ञान श्रेष्ठ, ज्ञानापेक्षा ईश्वर स्वरूपाचं ध्यान श्रेष्ठ आणि यांपेक्षाही कर्मांच्या फळाचा त्याग श्रेष्ठ असं सांगितलं आहे. हे वाचून कोणी असा विचार करू नये, की 'त्यागच श्रेष्ठ आहे, तर केवळ तेच करू या. मग आम्हाला ध्यान अथवा अभ्यास करण्याची गरजच काय?' वास्तविक या सर्व गोष्टी समांतर व्हायला हव्यात. जसजशी समज वृद्धिंगत होत जाईल, तसतसं अभ्यास योग्य दिशेने पुढे जाईल. समज आणि अभ्यास वाढल्यानंतर ईश्वराचं मनन, चिंतन, ध्यान या गोष्टी वाढतील, भक्तीमध्ये शुद्धता आणि दृढता येईल. मग भक्ती वाढली, की हळूहळू कर्मफळांचा त्याग करणं सहज शक्य होईल. यासाठी सर्व विकल्पांवर कार्य करायला हवं.

● मनन प्रश्न :

१. श्रीकृष्णांनी भक्तीचे कोणते चार विकल्प सांगितले आहेत, सद्य:स्थितीत तुम्ही यांपैकी कशाचं पालन करत आहात?

२. या विकल्पांच्या आधारे तुमच्यात 'ही माझी कहाणी नाही' हे सांगण्याची दृढता निर्माण झाली आहे का?'

३. 'मर्म न जाणता अभ्यास केल्याने साधकाचा फायदा नव्हे, तर नुकसानच होऊ शकतं' असं का म्हटलं गेलं आहे? अशा प्रकारचा अनुभव तुमच्या दृष्टिपथात आला आहे का? यावर मनन करा.

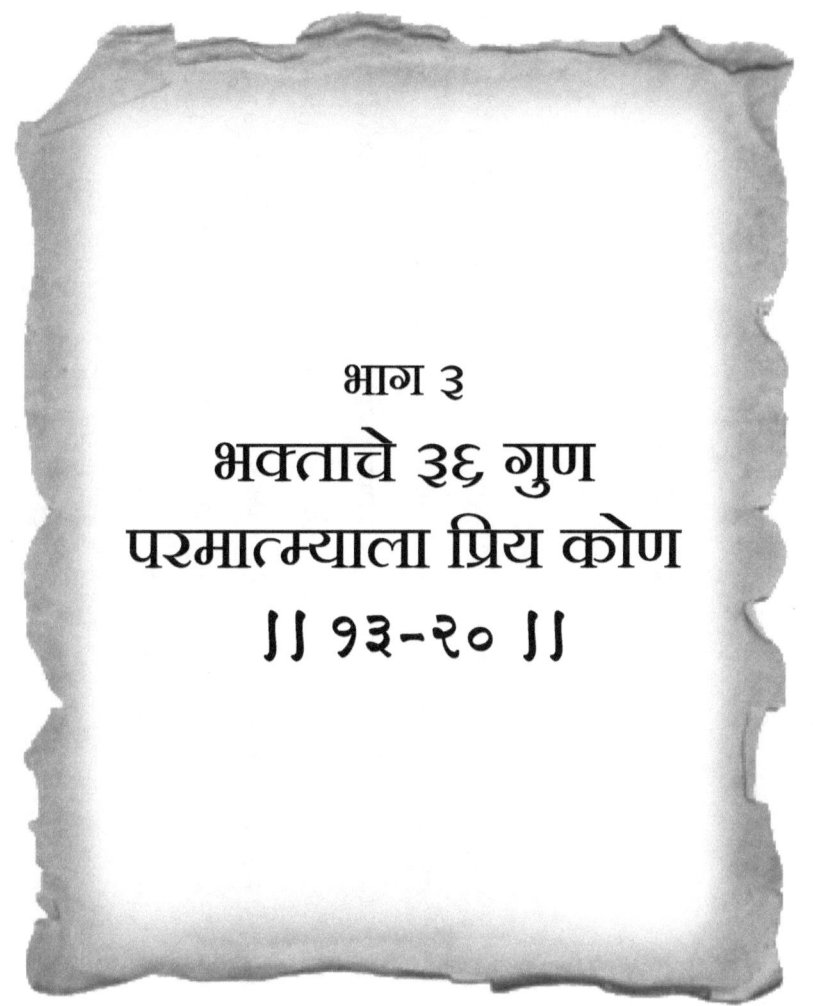

भाग ३
भक्ताचे ३६ गुण
परमात्म्याला प्रिय कोण
॥ १३-२० ॥

अध्याय १२

अद्वेष्टा सर्वभूतानां मैत्रः करुण एव च । निर्ममो निरहङ्कारः समदुःखसुखः क्षमी ।।१३।।

संतुष्टः सततं योगी यतात्मा दृढ़निश्चयः। मय्यर्पितमनोबुद्धिर्यो मद्भक्तः स मे प्रियः।।१४।।

यस्मान्नोद्विजते लोको लोकान्नोद्विजते च यः। हर्षामर्षभयोद्वेगैर्मुक्तो यः स च मे प्रियः ।।१५।।

अनपेक्षः शुचिर्दक्ष उदासीनो गतव्यथः। सर्वारम्भपरित्यागी यो मद्भक्तः स मे प्रियः ।।१६।।

यो न हृष्यति न द्वेष्टि न शोचति न काङ्क्षति। शुभाशुभपरित्यागी भक्तिमान्यः स मे प्रियः ।।१७।।

समः शत्रौ च मित्रे च तथा मानापमानयोः। शीतोष्णसुखदुःखेषु समः सङ्गविवर्जितः ।।१८।।

तुल्यनिन्दास्तुतिर्मौनी सन्तुष्टो येन केनचित्। अनिकेतः स्थिरमतिर्भक्तिमान्मे प्रियो नरः ।।१९।।

ये तु धर्म्यामृतमिदं यथोक्तं पर्युपासते। श्रद्धाना मत्परमा भक्तास्तेऽतीव मे प्रियाः।।२०।।

१३

श्लोक अनुवाद : जो पुरुष सर्व भूतांमध्ये द्वेषभावनारहित, स्वार्थरहित सर्वांचा प्रेमी आणि हेतुरहित दयाळू आहे, शिवाय ममतारहित, अहंकाररहित, सुख-दुःख प्राप्तीत सम आणि क्षमावान आहे. अर्थात, जो अपराध करणाऱ्यालादेखील अभय देणारा आहे.।।१३।।

गीतार्थ : १३व्या श्लोकापासून पुढील काही श्लोकांमध्ये श्रीकृष्ण अर्जुनाला आपल्या परमप्रिय अशा भक्ताचे गुण सांगत आहेत. तुमच्यात जर हे गुण असतील तर तुम्हीही ईश्वराला प्रिय ठरू शकता, त्याला प्राप्त करू शकता... मग जरी तुम्ही साकार वा निराकार यांपैकी कोणत्याही भक्तिमार्गावर वाटचाल करत असला तरी त्याने काहीही फरक पडत नाही. तुमच्या आंतरिक अवस्थेत सुधारणा होत आहे की नाही, तुमच्यात ईश्वराला प्रिय असणारे दिव्य गुण विकसित होत आहेत की नाही, या गोष्टींनी मात्र खूप फरक पडतो.

श्रीकृष्णांनी अर्जुनाला त्याच्या गीतेनुसार भक्ताचा पहिला गुण सांगितला- 'जो संपूर्ण जिवांविषयी द्वेषभावरहित असतो.' श्रीकृष्णांच्या मतानुसार सर्वप्रथम हा गुण अर्जुनात असायला हवा. अर्जुनाला द्वेषाविषयी अग्रक्रमानं सांगितलं गेलं. कारण हा गुण त्याच्यात प्रबळ होता. या भावनेमुळेच तो युद्धभूमीवर उभा होता.

श्रीकृष्ण त्याला म्हणाले, 'हे सर्वजण माझ्याद्वारे यापूर्वीच मारले गेले आहेत. त्यामुळे तू द्वेष, मोह, क्रोध इत्यादींचा त्याग करून केवळ माझ्यासाठी निमित्त बनून युद्ध कर... माझं साधन बन...' कारण निराकार चेतनेला तिचं कार्य करण्यासाठी काहीतरी स्थूल साधन हवं असतं ना...

दुसरा गुण विशद करताना श्रीकृष्ण म्हणतात- 'माझा भक्त स्वार्थरहित आणि सर्वांचा प्रेमी असतो.' मात्र आज जगात लोक प्रेमाचादेखील एखाद्या हत्यारासारखा उपयोग करतात. आपलं काम साध्य करून घेण्यासाठी अथवा स्वार्थ साधण्यासाठी याचा उपयोग करतात. ज्याच्याकडे काही काम आहे, त्याच्याशी बोलताना, वागताना यांचं प्रेम अगदी उतू जात असतं. मात्र ज्याच्याकडे काही काम नसतं त्याला पाहूनही न पाहिल्यासारखं करतात ही अज्ञानी लोकांची लक्षणं

आहेत. ईश्वराचा भक्त असा नसतो. त्याला तर प्रत्येकात त्या एकाच चेतनेचं किंवा आपल्या ईश्वरस्वरूपाचं दर्शन घडत असतं. त्यामुळे तो प्रत्येकावर स्वार्थरहित प्रेम करू शकतो.

भक्ताचा तिसरा गुणदेखील असाच आहे. तो 'हेतुरहित दयाळू' असतो. म्हणजेच कोणत्याही कारणाशिवाय तो सर्वांवर समभावनेने दया करतो. याचा अर्थ असा नाही, की ज्याला एक हात नाही, एक पाय नाही, एक डोळा नाही, याच्यासोबत असं घडलंय... त्याच्याशी तसं... म्हणून मला दया करायलाच हवी... नाही! दया एक दिव्य भाव आहे, जो त्याच्या अंतःकरणातून सर्वांसाठी बरसत राहतो.

पुढे श्रीकृष्ण चौथा गुण सांगताहेत– तो 'ममतारहित' असतो. तसं तर लोकांना मोह किंवा ममता विकार वाटत नाहीत, त्याला ते प्रेमच समजतात. वास्तविक मोह–ममता हेदेखील द्वेषाप्रमाणेच मोठे विकार आहेत. हे दोन्ही विकार माणसाची बुद्धी भ्रमित करून त्याच्याकडून अयोग्य कर्मं करवून घेऊ शकतात. रामायणातील कैकेयी आणि महाभारतातील धृतराष्ट्र ही त्याची ज्वलंत उदाहरणं आहेत. दोघांनी आपल्या पुत्रमोहापायी कितीतरी अनर्थ घडवला. ममता, मोह या गोष्टी आसक्ती निर्माण करतात आणि जिथे आसक्ती असते, तिथे सुख–दुःखाचं दुष्टचक्रदेखील सुरू होतं. वास्तविक प्रेम तर मुक्त असतं.

यानंतर श्रीकृष्ण भक्ताचा पाचवा गुण सांगत आहेत– 'भक्त अहंकाररहित असतो.' अहंकार आणि भक्ती परस्परविरोधी आहेत. जिथे अहंकार आहे तिथे भक्ती राहू शकत नाही. म्हणून 'मी'चं दान देऊन सर्वकाही त्या ईश्वराला समर्पित करणं आणि त्याला शरण जाऊन अकर्ता भावनेनं जीवन जगणं... हा भक्ताचा मुख्य गुण आहे.

भक्ताचा सहावा गुण आहे– 'सुख–दुःखप्राप्तीत सम राहणं.' अन्यथा लोक किती लहानसहान कारणांनी कंपित होतात. परंतु खरा भक्त समस्यांमध्ये

अध्याय १२ : १४

किंवा अतिसुखातही समभावनेत राहतो. कारण त्याची आंतरिक अवस्था सुख-दुःखाच्या पल्याड परमानंदाची असते. तो येशू बनून कधी सुळावर चढतो आणि तरीही समभावातच राहतो, तर कधी मीरा बनून परमानंदाच्या अवस्थेत हसत हसत विषाचा प्याला पितो.

श्रीकृष्ण भक्ताचा सातवा गुण सांगत आहेत- 'तो सर्वांप्रति क्षमावान असतो अर्थात अपराध्यांनाही अभय देतो.' ज्याला सर्वांमध्ये त्या एकाच ईश्वराचं दर्शन घडतं, जो मीदेखील कर्ता नाही आणि समोरचाही कर्ता नाही हे जाणतो, तो एखाद्याचे अपराध का बरं मनात ठेवेल? त्याच्या हृदयातून तर सर्वांप्रति प्रेम, करुणा आणि क्षमा याच गोष्टी प्रवाही राहतील. याच कारणाने येशू ख्रिस्त सुळावर चढत असतानाही अपराध्यांना क्षमा करू शकले.

१४

श्लोक अनुवाद : आणि जो योगी निरंतर संतुष्ट आहे, ज्याने मन आणि इंद्रियांसह शरीर वश केलं आहे. ज्याला माझ्याविषयी पक्की दृढता आहे- ज्याने मन आणि बुद्धी मलाच अर्पण केली आहे, असा माझा भक्त मला प्रिय आहे.।।१४।।

गीतार्थ : 'तो निरंतर संतुष्ट असतो.' भक्ताचा हा आठवा गुण आहे. जे ईश्वराचे निःसीम भक्त असतात, ते नेहमी संतुष्ट, समाधानी असतात. कारण कोणत्याही इच्छापूर्तीसाठी ते भक्ती करत नाहीत. असे भक्त केवळ ईश्वरावरील प्रेमामुळेच निष्काम भक्ती करतात. 'तुझी इच्छा तीच माझी इच्छा' या भावनेसह ते जीवन जगतात. तुमच्यात जेव्हा 'ईश्वराची इच्छा तीच माझी इच्छा' हा भाव दृढ होईल, तेव्हा तुमच्याकडून आपोआप भक्तियुक्त प्रतिसाद दिला जाईल. भक्तियुक्त प्रतिसाद म्हणजे असा व्यवहार जो प्रेम, आनंद, मौन यांच्या अनुभूतीतून निघतो. त्या प्रतिसादाने जो आनंद मिळेल तोच खरा आनंद आहे. 'ईश्वराचा आनंद हाच माझा आनंद,' ही भावना जेव्हा निर्माण होते,

तेव्हा पहिल्यांदाच आपल्याकडून योग्य प्रतिसाद निघतो.

भक्ताचा नववा गुण विशद करताना श्रीकृष्ण सांगतात- खऱ्या भक्ताचं मन आणि इंद्रियं यांसह संपूर्ण शरीरावर पूर्ण नियंत्रण असतं. मन आणि इंद्रियं यांचा लगाम त्याच्या हातात असतो. मात्र एका सामान्य प्रापंचिक मनुष्याचं मन लगाम नसलेल्या घोड्यासारखं धावत असतं. दोरी कापलेल्या पतंगाप्रमाणे विचारांच्या कोलांटउड्या मारत राहतं, माकडाप्रमाणे भूत-भविष्यात गटांगळ्या खात राहतं. परंतु भक्ताचं मन ईश्वरीय आणि क्रियावी विचारांमध्येच राहतं. तो आपल्या तेजस्थानावर (हृदयस्थानावर, जिथे परमचेतनेचा वास असतो) समर्पित झालेला असतो. भक्त आपल्या इंद्रियांचा गुलाम नसतो. उलट त्याची इंद्रियं अनुशासित राहून त्याला सेवा-श्रवण-भक्ती यांसाठी साहाय्यकारी ठरतात. कान सत्यश्रवण करतात, जीभ सत्यवचन उच्चारते, डोळे सर्वत्र ईश्वरालाच पाहतात, हवेची थोडीशी झुळूक जरी आली तरी त्वचा ईश्वराची अनुभूती करते, नाक प्रत्येक श्वासासोबत ईश्वराची कृपा ग्रहण करतं. त्याचं शरीर ईश्वराचं वाहन बनतं, त्या शरीराला माध्यम बनवून ईश्वर त्याची अभिव्यक्ती करतो.

भक्ताचा दहावा गुण विशद करताना श्रीकृष्ण सांगतात- 'तो माझ्या, परमात्म्याप्रति दृढ निश्चयात्मक असतो.' निश्चयात्मक बुद्धी म्हणजे काय? जेथे तुमचा निश्चय ठाम असतो. तुम्हाला एकच मार्ग दिसतो, तुमचा एकच उद्देश असतो, जेथून तुम्हाला ना अन्यत्र कुठे जायचंय, ना कोणता विचार करायचा आहे... तुम्ही जर दृढ निश्चय केला, 'आता सत्यमार्गावरच वाटचाल करायची आहे' तर तुम्ही कोणत्याही परिस्थितीत तो मार्ग सोडत नाही. मग वाटेत एखादं प्रलोभन आलं किंवा मोठं संकट आलं तरी... मग अगदी ते तुमच्या जिवावर बेतणारं असलं तरीही तुम्ही तोच मार्ग निवडता, तेथेच ठाम राहता. याचाच अर्थ, तुमचा निश्चय ढळत नाही. तुम्ही निश्चयात्मक बुद्धीने कार्यरत राहता. भक्त तेजस्थानातून येणाऱ्या हुकुमाची अंमलबजावणी करतो. मग लोक काहीही प्रलोभनं दाखवोत

अथवा काहीही म्हणोत. लोक म्हणतील– 'या जगात सरळमार्गी राहून चालत नाही, शत्रूंविषयी क्षमाभाव बाळगणं चुकीचं आहे.' परंतु यावर भक्त म्हणेल– 'माझ्या ईश्वराला हेच प्रिय आहे, त्यामुळे मी सर्वांशी सरळपणानेच वागेन, त्यांना क्षमा करेन...' भक्त प्रल्हाद, मीरा, येशू ख्रिस्त यांच्यावर कितीतरी संकटं कोसळली, तरीदेखील ते ईश्वराप्रति अटळ राहिले. त्यांनी निश्चयात्मक बुद्धीनेच कार्य केलं.

भक्ताचा अकरावा गुण सांगताना श्रीकृष्ण म्हणतात– 'त्याने त्याचं मन आणि बुद्धी मला अर्पण केलेली असते.' भक्ताची बुद्धी आणि मन ईश्वरात रममाण असतं. तो पूर्ण समर्पण भावनेने जीवन जगतो. बुद्धी कोणताही वेगळा विचार करत नाही, मन मायेमध्ये विचलित होत नाही. कारण या दोन्ही गोष्टी ईश्वरालाच समर्पित झालेल्या असतात. ईश्वराप्रति असलेल्या प्रेमातच तो सर्वकाही करू इच्छितो, जेणेकरून तो त्याचा प्रिय बनू शकेल. पूर्वी मन जे करण्यासाठी अजिबात तयार नव्हतं, अशा गोष्टी तो ईश्वरावरील निष्ठेमुळे सहजपणे करतो. कोणत्याही बिकट परिस्थितीत तो ईश्वराला म्हणतो, "Thy will be done... तुझी इच्छा पूर्ण होवो... तुझी इच्छा तीच माझी इच्छा.'

१५

श्लोक अनुवाद : आणि ज्याच्यामुळे कोणत्याही जीवाला उद्वेग होत नाही. जो स्वतःदेखील कोणत्याही जिवांमुळे उद्विग्न होत नाही आणि जो हर्ष, अमर्ष* भय आणि उद्वेग इत्यादीरहित आहे– तो भक्त मला प्रिय आहे।।१५।।

गीतार्थ : भक्ती केल्याने सुख, यश, समृद्धी या गोष्टी खात्रीने मिळणारच याच उद्देशाने काही लोक भक्ती करतात. त्यांना वाटतं– 'आम्ही भक्ती

**इतरांची उन्नती पाहून संतापणं म्हणजे 'अमर्ष'.*

अध्याय १२ : १५

करून ईश्वराला प्रसन्न केलं, तर कधीही दुःखी होणार नाही.' परंतु असं नाही. भक्ती सुखाची खात्री देत नाही. मात्र तुम्ही सुख-दुःख, हर्ष-अमर्ष, राग-द्वेष, भय-उद्वेग, चित्ताची अस्थिरता इत्यादींना पार करून सदैव आनंदी जीवन जगाल, याची निश्चितपणे खात्री देते.

श्रीकृष्ण भक्ताचा बारावा आणि तेरावा गुण विशद करताना सांगतात- 'भक्तामुळे कुणालाही उद्वेग होत नाही आणि तो स्वतःदेखील कोणत्याही जिवामुळे उद्विग्न होत नाही.' उद्वेगचा अर्थ आहे- एखाद्या गोष्टीमुळे विचलित होणं, आपली सजगता गमावणं, क्रोधित होणं. कारण भक्ताचा रिमोट कंट्रोल आता त्याच्या स्वतःच्या हातात असतो. आता त्याला इतर कोणीही उद्विग्न करू शकत नाही आणि त्याच्या संपर्कात येऊनही कुणी उद्विग्न होत नाही. कारण तो जणू प्रेम आणि करुणा यांची जिवंत मूर्तीच असतो.

या गुणांचं प्रसिद्ध उदाहरण म्हणजे संत तुकाराम महाराज! त्यांचं जीवन पाहिलं तर त्यांना जीवनात कितीतरी अडचणी आल्या. परंतु तशा परिस्थितीतही ते अजिबात विचलित झाले नाहीत. त्यांच्या गावी मोठा दुष्काळ पडला. त्यांची पत घसरली, व्यापारात दिवाळं निघालं. त्यांच्या व्यापार करण्याच्या पद्धतीने त्यांनी ज्यांना कर्ज दिलंय त्यांच्याकडून ते वसूल होऊ शकत नसे. शिवाय ज्यांच्याकडून तुकाराम महाराजांनी कर्ज घेतलं होतं, ते लोक सारखा पैशाचा तगादा लावून त्यांना त्रास देत असत. सहजरीत्या त्यांना कुणीही फसवत असे. ते जेव्हा घडलेला प्रकार घरी येऊन पत्नीला सांगत, तेव्हा ते ऐकून पत्नी त्यांना रागावत असे, इतकंच काय तर शिव्याही देत असे. अशा प्रकारे त्यांना शिव्यांची लाखोली मिळत असे, तरीही त्यांच्या भक्तीत तसूभरही फरक पडला नाही. ते निरंतर भक्ती करत राहिले.

भक्ताचा चौदावा गुण कथन करताना श्रीकृष्ण सांगतात, 'जो हर्ष, अमर्ष आणि भयरहित आहे असा भक्त मला प्रिय आहे.' भक्ताला केवळ ईश्वरभक्तीतच आनंद मिळतो. इतर कर्तव्यकर्म तो ईश्वराप्रति आपली

जबाबदारी समजून भक्तीत लीन होऊन पूर्ण करतो. त्यामुळे त्याला काही मिळालं तरी तो हर्षित (आनंदी) होत नाही आणि नाही मिळालं तरी त्याचा त्याला विषाद (दुःख) होत नाही. त्याला अमर्षही होत नाही. अमर्ष म्हणजे इतरांचं सुख आणि उन्नती पाहून दुःखी होणं, ईर्षा करणं. भक्तासाठी तर सर्व लोक म्हणजे त्या ईश्वराचंच प्रतिरूप असतात. म्हणून तो त्या लोकांच्या प्रसन्नतेने स्वतः प्रसन्न होतो. भक्त पूर्णपणे ईश्वराला शरण गेलेला असतो. त्यामुळे त्याला कोणत्याही प्रकारची भीती वाटत नाही... ना जिवाची ना त्याच्यापासून काही हिरावलं जाण्याची... तो या जगात सदैव निर्भय होऊनच वावरतो... कारण हे सर्व माझ्यासाठी, ईश्वरासाठी होत आहे, माझ्यासोबत होत नाही... हे त्याला योग्य प्रकारे ठाऊक असतं. जसं, भगवान बुद्ध कोणतीही भीती न बाळगता अंगुलीमाल डाकूला भेटले होते, नारदमुनींनी रत्नाकर डाकूला निर्भयपणे ज्ञान दिलं होतं...

१६

श्लोक अनुवाद : आणि जो मनुष्य आकांक्षारहित, अंतर्बाह्य शुद्ध, धूर्त पक्षपात विरहित आणि दुःखांतून मुक्त झाला आहे– तो सर्व प्रारंभांचा त्यागी असा माझा भक्त मला प्रिय आहे.।।१६।।

गीतार्थ : श्रीकृष्ण अर्जुनाला भक्ताचा पंधरावा गुण विशद करताना सांगत आहेत, 'माझा भक्त आकांक्षा म्हणजेच इच्छाविरहित असतो' आणि तो तसा नसला तरच नवल. कारण भक्ताची कोणतीही वैयक्तिक आकांक्षा नसते. तो ईश्वराच्या इच्छेलाच स्वतःची इच्छा मानून स्वीकारभावनेनं जीवन जगतो. 'जो हुकूम... तुझी इच्छा तीच माझी इच्छा...' ईश्वराविषयी हे भाव केवळ त्याच्या मुखातच नव्हे, तर हृदयात आणि कर्मांमध्येही असतात.

श्रीकृष्ण भक्ताचा सोळावा गुण सांगतात- 'तो अंतर्बाह्य शुद्ध असतो.' भक्त उत्तम सात्त्विक आहार आणि शारीरिक कर्मांनी स्वतःला

अध्याय १२ : १६

अंतर्बाह्य शुद्ध ठेवतो, त्यासोबतच तो त्याचे विचारही शुद्ध राखतो. इतरांची निंदा, नकारात्मक चिंतन अशा गोष्टी न करता त्याचं मन केवळ ईश्वर भक्तीतच रममाण असतं. तो भाव, विचार, वाणी, क्रिया आणि शरीर या सर्व गोष्टी शुद्ध ठेवतो.

भक्ताचा सतरावा गुण आहे- 'चातुर्य'. इथे चातुर्य म्हणजे गोडीगुलाबीनं आपलं काम साधून घेण्यात तरबेज असलेला मनुष्य असा घेऊ नये. कारण जगात यालाच चातुर्य म्हटलं जातं. परंतु या मायावी जगात राहून, प्रापंचिकांप्रमाणे जीवन जगत असतानाही, मायेपासून निर्लिप्त राहून जो आपलं लक्ष सतत आपल्या उद्दिष्टावर, ईश्वरावर केंद्रित करतो, हे असतं भक्ताचं चातुर्य. वरकरणी पाहताना लोकांना वाटतं, की 'अरे हा तर आमच्यासारखाच आहे' परंतु प्रत्यक्षात तो त्यांच्यासारखा नसतो. श्रीकृष्णांनी आपल्या जीवनात याच चातुर्याचा उपयोग केला. जगात जो खेळ, लीला सुरू आहे, त्याला खेळ समजूनच भक्त खेळत राहतो, त्यात जराही गुरफटत नाही. त्याच्या या गुणामुळेच तो लीलया मायेला पार करतो.

'पक्षपातरहित असणं' हा भक्ताचा अठरावा गुण सांगितला आहे. भक्त हा निश्चयी असतो, निष्ठावान असतो. कोणत्याही परिस्थितीत तो सत्याचीच कास धरतो. याचं सर्वांत मोठं उदाहरण म्हणजे बिभीषण. रावण चुकीचं वागतोय, हे कुंभकर्ण, इंद्रजीत इत्यादी सर्वांना माहीत होतं. परंतु त्यांनी सत्याची बाजू न घेता आपल्या भावाची वा वडिलांची बाजू घेतली. मात्र बिभीषणानी पक्षपात न करता सत्यरूपी रामाला साथ दिली. बिभीषण जोपर्यंत लंकेत होते, तोपर्यंत त्यांनी स्वतःच्या जिवाची पर्वा न करता रावणाला योग्य मार्ग दाखवण्याचाच प्रयत्न केला. ते रावणापुढे कधीही नमले नाहीत. अशाच प्रकारे भरतानेदेखील पक्षपात न करता श्रीरामांची भक्ती केली. त्यांनी कैकेयीला, स्वतःच्या आईलाही साथ न देता सदैव सत्याला साथ दिली. विचार करा, हेच गुण जर भीष्म पितामह, द्रोणाचार्य यांमध्ये असते, तर कदाचित महाभारताचं युद्धच झालं नसतं.

भक्ताचा एकोणिसावा गुण आहे- 'तो दुःखांतून मुक्त झालेला असतो.' आपण निरनिराळ्या कथांमधून वाचलं आहे, 'अमुक संतांना विष दिलं गेलं... कोणाला हत्तीच्या पायाखाली तुडवलं गेलं... तर कुणाला क्रूर लोकांच्या किंवा कैद्यांच्या सान्निध्यात ठेवण्यात आलं... या महापुरुषाला वाघांच्या कळपात फेकलं गेलं... अमुक भक्ताला आगीत ढकललं गेलं... परंतु भक्त प्रल्हाद, मीराबाई, कबीर अशा संतांवर या आपत्तींचा काहीही परिणाम झाला नाही. कारण ते ईश्वराचे निष्ठावान भक्त होते. घोर आपत्तींतदेखील आपलं लक्ष कशावर केंद्रित असायला हवं, याचं प्रशिक्षण त्यांना भक्तीमुळे आपोआपच मिळालं होतं. परिणामी अतिशय कठीण प्रसंगीदेखील ते हृदयस्थानावर (तेजस्थानावर) अढळ राहिले. आपल्या स्वानुभवात स्थिर राहिले. परिणामी बाह्यतः संकटं कोसळली आणि त्यांचं निराकरणही झालं. परंतु ती संकटं त्यांना स्पर्शही करू शकली नाहीत. यालाच दुःखातून कायमस्वरूपी मुक्त होणं असं म्हटलं आहे. ज्याप्रमाणे कमळाच्या पानांवर पाण्याचे थेंब टिकत नाहीत, त्याचप्रमाणे भक्ताच्या जीवनातही दुःख येतं पण ते त्याला स्पर्शही न करता निघून जातं.

श्रीकृष्ण भक्ताचा विसावा गुण सांगत आहेत- 'तो सर्व आरंभांचा त्यागी असतो.' इथे आरंभ या शब्दाचा अर्थ आहे, एखादं कर्म वा संकल्प यांचा आरंभ करण्याचा भाव. जसं, एक मनुष्य एखादं कार्य करण्याचा संकल्प सोडतो आणि ते कर्ताभाव ठेवून तो पूर्ण करतो, तेव्हा ते कर्म व्यक्तीद्वारे घडतं. परंतु भक्ताकडून जे कर्म घडतं, ते अकर्ता भावनेने घडतं. तो ना त्याचा आरंभ करतो ना अंत... जगात जे काही घडतंय, सुरू आहे, ते सर्व ईश्वराच्या दिव्य लीलेचाच एक भाग आहे, ही गोष्ट भक्ताला योग्य प्रकारे माहीत असते. या लीलेत घडत असलेली सर्व कर्मं आपापसात जोडली गेलेली असतात, एकमेकांत गुंफलेली असतात. मनुष्याचं शरीर केवळ ती कर्मं करणारं एक यंत्र आहे. अशा प्रकारे एका व्यक्तीसाठी ही सर्व कर्मं त्या अनादी लीलारूपी महाकर्मांमध्ये समाविष्ट असून ती प्रवाहित आहेत. ही

समज अंगीकारूनच भक्त कर्ताभाव त्यागतो. म्हणून असा भक्त ईश्वराला अतिशय प्रिय असतो.

१७

श्लोक अनुवाद : आणि जो न कधी हर्षित होतो, न द्वेष करतो, न शोक करतो, न कामना करतो, जो शुभ आणि अशुभ अशा संपूर्ण कर्मांचा त्याग करतो, तो भक्तियुक्त पुरुष मला प्रिय आहे।।१७।।

गीतार्थ : एक अशी अवस्था आहे, जी दोहोंच्या पलीकडे आहे. म्हणजेच द्वैत. जसं, सुख-दुःख, हर्ष-विषाद, शुभ-अशुभ, प्राप्ती-अप्राप्ती... अशा भावनांच्या पलीकडील अवस्थेला भगवान श्रीकृष्णांनी 'समता' हे नाव दिलं आहे. इथे आपण त्याला 'तेज' अवस्था म्हणू या. भक्त कोणत्याही परिस्थितीत नेहमी तेज-अवस्थेत स्थापित असतो.

अशा भक्ताचा एकविसावा गुण आहे- 'तो कधीही हर्षित होत नाही.' कारण तो हर्ष आणि विषाद यांच्या पलीकडे सदैव आनंदात असतो.

भक्ताचा बाविसावा गुण म्हणजे 'तो कधीही कोणाचा द्वेष करत नाही.' कारण- तो राग-द्वेष अशा भावनांतून मुक्त होऊन सदैव प्रेममय अवस्थेत राहतो. त्याचं प्रेम निःस्वार्थ असतं. कारण तो सर्वांमध्ये ईश्वरच पाहतो आणि प्रत्येक घटना म्हणजे ईश्वराचीच कहाणी समजतो.

भक्ताचा तेविसावा गुण विशद करताना श्रीकृष्ण सांगतात, 'तो कधीही शोक करत नाही. कारण तो कोणत्याही वस्तूविषयी आसक्त नसतो. त्यामुळे तो सुख-दुःखापलीकडे असतो. कोणतंही दुःख त्याला विचलित करत नाही, तद्वतच सुखाप्रतिदेखील त्याच्या मनात लोभ निर्माण होत नाही.'

भक्ताचा चोविसावा गुण आहे- 'तो कोणत्याही कामनेत गुरफटत नाही.' कारण- तो ईश्वर आहे, हे त्याने जाणलेलं असतं. त्याला जे काही

अध्याय १२ : १७

प्राप्त झालंय, ते त्याचंच आहे तर मग आणखी काय प्राप्त करायचं शिल्लक राहतं? अशा रीतीने निसर्ग स्वतःच त्याच्यासमोर ताट वाढून ठेवत असतो.

पुढे श्रीकृष्ण भक्ताचा पंचविसावा गुण सांगत आहेत- 'भक्त शुभ आणि अशुभ अशा सर्व कर्मांचा त्यागी असतो.' तो कधीही शुभ कर्मांचंही श्रेय घेत नाही आणि अशुभ कर्मांचंही. कारण तो कर्ता नाही, हे तो जाणतो. असा साधक तेज अवस्थेत स्थापित होऊन सदैव आनंदी राहतो.

चला तर, एका छोट्या गोष्टीद्वारे हे समजून घेऊ या-

एकदा एक साधू महाराज तलावाच्या किनाऱ्यावर वाहत्या झऱ्याच्या काठावर बसले होते. त्यावेळी तिथे एक रत्नपारखी आला आणि त्याने श्रद्धापूर्वक दोन हिरे त्या साधू महाराजांना दिले. त्यामुळे त्या जव्हेऱ्याला व्यापारात खूपच लाभ झाला. म्हणून त्याने साधूला भेटस्वरूपात दोन हिरे दिले.

रत्नपारख्याने जेव्हा साधूला दोन हिरे देण्यासाठी हात पुढे केला, तेव्हा हिरे स्वीकारताना साधूंचा हात किंचित थरथरला आणि एक हिरा पाण्यात पडला. हिरा पाण्यात पडताच जव्हेऱ्याने त्वरित पाण्यात उडी मारली. त्याने पाण्यात हिरे शोधण्याचा खूप प्रयत्न केला. परंतु काही केल्या ते हिरे त्याला मिळाले नाहीत. खूप शोधाशोध करून तो जेव्हा पाण्याबाहेर आला, तेव्हा त्याने साधूला विचारलं, 'महाराज, हिरा तर मला सापडला नाही. पण तो हिरा तुमच्याकडून कुठे पडला, हे मला सांगाल का? तुम्ही तर किनाऱ्यावरच बसला होता.' हे ऐकून साधूंनी दुसरा हिरा घेतला आणि तोही पाण्यात फेकला मग ते म्हणाले, 'हे बघ, पहिला हिरा याच जागी पडला होता.'

या छोट्याशा उदाहरणातून तुम्हाला हे समजून घ्यायचं आहे, की साधू ते हिरे इतक्या सहजपणे पाण्यात कसं फेकू शकले बरं? पहिला हिरा पाण्यात पडला तरी त्यांनी दुसरा हिरादेखील पाण्यात फेकला. जिथे एक हिरा पडल्यामुळे त्या रत्नपारख्याचा जीव कासावीस झाला होता, तिथे साधूंनी दोन्ही हिरे पाण्यात कसं बरं फेकून दिले? हे कार्य साधूकडून इतक्या

अध्याय १२ : १८

सहजरीत्या कसं होऊ शकलं? यामागे निश्चितच काहीतरी कारण, महत्त्वपूर्ण समज असेलच ना! होय, ती म्हणजे 'स्व'ला जाणून, त्यात स्थापित होण्याची समज! जी प्राप्त केल्याने त्याच्या केवळ उपस्थितीतच मनुष्य सदैव आनंदी राहू शकतो. जो भक्त या अवस्थेत राहू शकतो, तोच ईश्वराचं प्रिय पात्र बनतो.

१८

श्लोक अनुवाद : आणि जो- शत्रू-मित्र, मान-अपमान यांतही सम आहे. सर्दी-गरमी, सुख-दुःख इत्यादी द्वंद्वांमध्येही सम आहे. शिवाय जो आसक्तीरहित आहे-।।१८।।

गीतार्थ : अठराव्या श्लोकात श्रीकृष्णांद्वारे सांगितलेले भक्ताचे गुण आणि पुढे सव्विसाव्या, सत्ताविसाव्या आणि अठ्ठाविसाव्या श्लोकातील गुण हे समता अवस्थेवरच आधारित आहेत. जे क्रमशः पुढील प्रकारे आहेत- 'तो शत्रू-मित्र यांमध्ये... मान-अपमान यांमध्ये आणि सर्दी व गरमीमध्ये सम राहतो.'

एकोणतिसाव्या गुणाविषयी ते सांगतात, 'भक्त सर्व प्रकारच्या द्वंद्वांतून मुक्त असतो.' कारण तो द्वैतभावातून (दोनमधून) मुक्त झालेला असतो. द्वंद्व तर तिथे असतं, जिथे दोन असतात. जिथे एक, म्हणजे ईश्वरच आहे, तिथे कुणाशी द्वंद्व आणि कसलं द्वंद्व... सामान्य मनुष्य मात्र प्रतिक्षणी दोहोंच्या द्वंद्वातच गुरफटून राहतो. थोडंसं काही अप्रिय घडताच तो त्रस्त होतो, त्रागा करतो. एखादी सुखद घटना घडताच तो नृत्य करू लागतो. दोहोंपलीकडील अवस्थेचा आनंद कसा असतो याची त्याला कल्पनाच नसते. मात्र जो हे जाणतो तो कायमस्वरूपी सुखी होतो.

भक्ताचा तिसावा गुण आहे- 'तो आसक्तीरहित असतो.' तो प्रत्येक परिस्थितीत कुठलीही गोष्ट, मनुष्य, वस्तू, सुविधा, विचार वा भावना अशा कोणत्याही बाबतीत आसक्त नसतो, लिप्त नसतो. भक्ती जागृत होण्यापूर्वी मनुष्याला कितीतरी गोष्टींची आसक्ती असते. परंतु भक्ती जागृत झाल्यानंतर

ही आसक्ती मुक्तीमध्ये परिवर्तित होऊ लागते. भक्ती मनुष्याला प्रेम बनवते तर आसक्ती त्याच्या दुःखाचं कारण बनते. जसं, एखाद्या मनुष्याला कोणा मनुष्याविषयी आसक्ती निर्माण झाली तर तो विचार करतो, की हा मनुष्य सदैव माझ्यासोबतच राहावा, माझ्यापासून कधीही विभक्त होऊ नये, त्याने इतर कोणाकडेही जाऊ नये. अशा प्रकारे त्याला आसक्ती जडते. ती आसक्तीच त्याच्यासाठी त्रासदायक बनते. आसक्ती आणि मोह यांमुळेच कित्येक वेळा आई आपल्या मुलांना आपल्यापासून थोडंसंही दूर जाऊ देत नाही. मुलाचं लग्न झालं तरीही ती त्याच्यापासून दूर राहू शकत नाही. असं करून खरंतर आई स्वतःच्या आणि आपल्या कुटुंबाच्या दुःखाला कारणीभूत ठरते. तिचं प्रेम, तिची भक्ती कधी आसक्ती बनली हे तिचं तिलाच समजत नाही. यासाठीच अशा आसक्तीपासून स्वतःचा बचाव केला पाहिजे.

१९

श्लोक अनुवाद : आणि जो निंदा-स्तुती यांना समान मानतो, मननशील* आणि कोणत्याही प्रकारे शरीराचा निर्वाह होत असताना सदैव संतुष्ट असतो. जो राहण्याच्या स्थानाविषयी ममता आणि आसक्तीविरहित असतो– तो स्थिर बुद्धी, भक्तिवान मनुष्य मला प्रिय आहे.।।१९।।

गीतार्थ : एकोणिसाव्या श्लोकात भक्ताचा एकतिसावा गुण विशद करताना श्रीकृष्ण सांगतात– निंदा-स्तुती यांना समान मानणारा भक्त मला अतिशय प्रिय आहे. संत तुकाराम, नामदेव, कबीर, मीराबाई इत्यादी संतांचं जीवन-चरित्र पाहिलं तर सुरुवातीच्या काळात त्यांना कित्येक निंदकांना तोंड द्यावं लागलं आणि शेवटी त्यांची खूप स्तुतीदेखील झाली. परंतु दोन्ही घटनांमध्ये त्यांचा प्रतिसाद समान होता.

---

*अर्थात ईश्वराच्या स्वरूपाचं निरंतर मनन करणारा आहे.

श्रीकृष्ण भक्ताचा बत्तिसावा गुण विशद करताना सांगतात, 'तो मननशील असतो.' मनन करणं याचा अर्थ एखाद्या विषयावर अर्थपूर्ण चिंतन करणं... त्याद्वारे काही सार्थक समज प्राप्त करणं... दृढता प्राप्त करणं. ज्या गोष्टीवर तुम्ही लक्ष केंद्रित करता, मनन करता, ती तुमच्या जीवनात पदार्पण करते, हा निसर्गाचा नियम आहे. यासाठीच भक्त ईश्वरीय गुणांवर मनन करतो, ज्यायोगे ते त्याच्या जीवनात यावेत. ते गुण त्याच्या अंगी बाणवले जावेत. प्रेम, मौन, आनंद, दया, विनम्रता, विश्वास, करुणा, क्षमा, सर्जनशीलता, सहजता, साहस, निर्भयता, परोपकार, निष्काम सेवा, कपटहीनता इत्यादी ईश्वरीय गुण आहेत. त्यावर कितीही मनन केलं तरी ते कमीच ठरेल.

त्यासाठीच आपल्या पूर्वजांनी, आत्मसाक्षात्कारी संतांनी ईश्वराला वेगवेगळ्या प्रतीकांमध्ये, मूर्तींमध्ये प्रस्तुत केलं. त्यासोबत बोध आणि प्रेरणा देणाऱ्या अशा कथा जोडल्या, ज्यांद्वारे ईश्वराच्या गुणांची प्रशंसा व्हावी. त्या कथा ऐकून, त्याच्या वास्तविक अर्थावर मनन करून, भक्त ईश्वराचे गुण जाणतो आणि ते जीवनात अत्मसात करून खरी भक्ती करतो.

यानंतर श्रीकृष्ण भक्ताचा तेहतिसावा गुण सांगतात, 'एक खरा भक्त प्रत्येक परिस्थितीत सदैव संतुष्ट राहतो.' आजच्या युगात लोकांची धावपळ आपल्या शरीराच्या उदरनिर्वाहासाठीच चाललेली असते. मनुष्य आपल्या शरीरासाठी उत्तम प्रकारचं जेवण, वस्त्र, आरामासाठी सुख-सुविधा, घर, गाडी, नोकर-चाकर... इत्यादी प्राप्त करण्यामागे लागलेला असतो. परंतु आश्चर्य करण्यासारखी बाब म्हणजे इतकं सगळं प्राप्त करूनही त्याला संतुष्टी कधी लाभत नाही, समाधान मिळत नाही. त्याचं शरीर व्याधीने ग्रस्त होतं. तो कोणत्या ना कोणत्या शारीरिक कारणाने दुःखी राहतो. कारण त्याने मनावर कधी कामच केलेलं नसतं... मनाला भक्त बनवलेलं नसतं... त्याने जर असं केलं असतं, तर थोड्या पैशात त्याचा उदरनिर्वाह झाला असता, सुख-समाधानही प्राप्त झालं असतं आणि संतुष्टीदेखील मिळाली असती.

अध्याय १२ : २०

भक्ताचा चौतिसावा गुण आहे- 'त्याची राहण्याच्या स्थानाविषयी देखील आसक्ती नसते.' लोक आपल्या निवासस्थानाविषयी (घर, शहर, जन्मभूमी यांविषयी) खूप आसक्त असतात. काही कारणांनी त्यांना तेथून स्थलांतर करावं लागलं, तर ते अतिशय दुःखी होतात. परंतु भक्ताच्या दृष्टीने तर संपूर्ण जगच एक धर्मशाळा किंवा अतिथिगृह असतं. पृथ्वीवर त्याची छोटीशी यात्रा आहे, याची त्याला जाण असते. या प्रवासात त्याला अनेक धर्मशाळांमध्ये राहावं लागेल, हे त्याला माहीत असतं.

तसं पाहिलं तर हे शरीरदेखील त्या महानचं (ईश्वराचं) घरच आहे, त्याविषयी आसक्ती करणं योग्य नाही. मात्र सामान्य लोक आपल्या घररूपी धर्मशाळेविषयीही आसक्त होतात आणि शरीररूपी घराविषयीदेखील. परंतु ज्ञानी भक्त यांविषयी आसक्ती बाळगत नाही.

भक्ताचा पस्तिसावा गुण विशद करताना श्रीकृष्ण सांगतात- 'तो स्थिरबुद्धी, भक्तिवान असतो.' भक्ताची बुद्धी एकाच लक्ष्यावर, सत्यप्राप्तीवर स्थिर राहते. त्याचे भाव, विचार, वाणी आणि क्रिया या एकाच दिशेने कार्यरत असतात. ते मायेच्या कोणत्याही तीराने विचलित होत नाहीत आणि सदैव भक्तीत लीन राहतात. श्रीकृष्ण म्हणतात, 'असा भक्त मला अतिशय प्रिय आहे.'

२०

श्लोक अनुवाद : परंतु जे श्रद्धायुक्त पुरुष मला शरण येऊन उपरोल्लिखित धर्ममय अमृत निष्काम प्रेमभावनेनं सेवन करतात, ते भक्त मला अतिशय प्रिय आहेत.।।२०।।

गीतार्थ : श्रीकृष्ण अर्जुनाला सविस्तर सांगतात, 'एका सच्चा भक्ताची कोणकोणती लक्षणं असतात, त्याचे कोणकोणते गुण असतात... केवळ संन्यास घेऊन, एखाद्या विशिष्ट रंगाचा पोशाख परिधान करून टिळा-

अध्याय १२ : २०

भस्म इत्यादी लावून, माझ्या नावाचा जप केल्याने किंवा जप-तप केल्याने कोणी भक्त बनत नाही. तर एक भक्त म्हणून त्याच्यात विशिष्ट अशी क्षमता असायला हवी, काही गुण असायला हवेत, तरच तो माझा प्रिय भक्त बनतो.'

गुणांची अशी सूची वाचून असा भक्त निराशही होऊ शकतो. तो विचार करतो, 'माझ्यात तर विशेष असा कोणताही गुण नाहीच मग मी ईश्वराचा प्रिय भक्त कसा होऊ शकतो? मग भक्ती करून काय उपयोग?'

अशा भक्ताचं सांत्वन करण्यासाठी आणि त्याच्यात विश्वास निर्माण करण्यासाठी श्रीकृष्ण छत्तिसावा (अंतिम) गुण सांगतात- 'तो श्रवणाद्वारे सत्याचं सेवन करतो.' अर्थात, जो भक्त श्रद्धायुक्त होऊन, मला शरण येऊन माझ्याद्वारे दिलं गेलेलं हे ज्ञानामृत निष्काम प्रेमभावनेने प्राशन करतो, जो भक्ती आणि विश्वास ठेवून ऐकतो-वाचतो आणि त्यावर मनन करतो, तो भक्त मला अधिक प्रिय आहे.'

ईश्वराला असे भक्त यासाठीच प्रिय आहेत, कारण त्यांची श्रद्धा आणि ईश्वराविषयीची तन्मयता यांमुळे त्यांच्यात पूर्ण भक्त बनण्याची शक्यता खुललेली असते. असे भक्त सर्वकाही ईश्वराच्या चरणी समर्पित करून, सदैव खुश राहू शकतात. कारण ते उत्तमरीत्या जाणतात, ही ईश्वररचित लीला असून, ही आमची कहाणी नव्हेच.

● **मनन प्रश्न :**

१. असे कोणते गुण अंगी बाणवून तुम्ही ईश्वराचे प्रिय बनू शकता? त्यावर कार्य करा.

२. तुमच्यातील कमकुवत गुणांची सूची बनवून त्यांपैकी एका गुणावर आठवडाभर जोरदार कार्य करा, ज्यायोगे ते वाढतील. अशा प्रकारे प्रत्येक आठवड्यात एक गुण निवडा आणि त्यावर मनःपूर्वक कार्य करा.

भक्ताचे ३६ गुण

क्रं.	गुण	गुण विस्तार
१.	द्वेषभाव	द्वेषभावरहित
२.	स्वार्थ	सर्वांवर निःस्वार्थ प्रेम करणारा
३.	दयाळू	हेतूविरहित दयाळू
४.	ममता	ममतारहित
५.	अहंकार	अहंकाररहित
६.	सुख-दुःख	सुख-दुःखात सम राहणारा
७.	क्षमावान	क्षमावान म्हणजे अपराध करणारालाही अभय दान देणारा
८.	संतुष्ट योगी	सदैव संतुष्ट असलेला योगी
९.	मन, इंद्रियं	मन, इंद्रियांसह शरीराला वश केलेला
१०.	दृढ निश्चयी	माझ्यावर दृढ निष्ठा असणारा
११.	मन, बुद्धी अर्पण	मन, बुद्धी माझ्याठायी अर्पण केलेला माझा प्रिय भक्त
१२.	उद्वेग	ज्याच्यामुळे कोणताही जीव उद्विग्न होत नाही
१३.	उद्वेग	जो स्वतःदेखील कोणत्याही जिवामुळे उद्विग्न होत नाही
१४.	हर्ष-अमर्ष	हर्ष-अमर्ष, भय आणि उद्वेगरहित
१५.	आकांक्षा	आकांक्षारहित
१६.	बाहेर-आत	अंतर्बाह्य शुद्ध

१७.	दक्ष	जो दक्ष म्हणजे चतुर, कुशल आहे
१८.	पक्षपात	पक्षपातरहित
१९.	दुःख	दुःखातून मुक्त झालेला, वेदना असली तरी तिचं दुःख नसलेला
२०.	त्यागी भक्त	सर्व आरंभांचा त्यागी भक्त मला प्रिय आहे
२१.	हर्ष	सुख-दुःखात समता राखणारा
२२.	द्वेष	द्वेषाने प्रभावित होऊन कर्म न करणारा
२३.	शोक	कधीही शोक न करणारा
२४.	कामना	कामना न करणारा
२५.	शुभ-अशुभ	शुभ आणि अशुभ अशा सर्व कर्मांचा त्यागी
२६.	शत्रू-मित्र	शत्रू-मित्र यांविषयी समभाव बाळगणारा
२७.	मान-अपमान	मान-अपमान यांत समभाव बाळगणारा
२८.	सर्दी-गरमी	थंडी, ऊन यांमध्ये समभाव बाळगणारा
२९.	द्वंद्व	दुःखादी द्वंद्वांमध्ये समभाव बाळगणारा
३०.	आसक्ती	आसक्तीरहित
३१.	निंदा-स्तुती	निंदा-स्तुती यांना समान लेखणारा
३२.	मननशील	जो मननशील आहे
३३.	संतुष्ट	प्रत्येक परिस्थितीत सदैव संतुष्ट राहणारा
३४.	निवासस्थान	निवासस्थानाविषयी, शरीराविषयी अनासक्त
३५.	स्थिर बुद्धी भक्तिवान	स्थिर बुद्धी भक्तिवान पुरुष मला प्रिय आहे
३६.	सत्यसेवन, श्रवण	सत्यसेवन, सत्यश्रवण करणारा

अध्याय १३
क्षेत्र-क्षेत्रज्ञविभागयोग

|| अध्याय १३ - सूची ||

श्लोक	विषय	पृष्ठ
१-४	क्षेत्र क्षेत्रज्ञ तत्त्व.................................	५३
५-८	क्षेत्रज्ञान आणि नऊ गुण........................	५९
९-११	ज्ञानाची साधनं......................................	७१
१२-१८	स्वरूप आणि निर्गुण स्वरूप वर्णन..........	७९
१९-२३	प्रकृती आणि पुरुष ज्ञान........................	९१
२४-३१	परमात्म्याला जाणण्याच्या पद्धती.............	९९
३२-३४	अंबर आणि अंबरस्थान यांमधील फरक.....	१०९

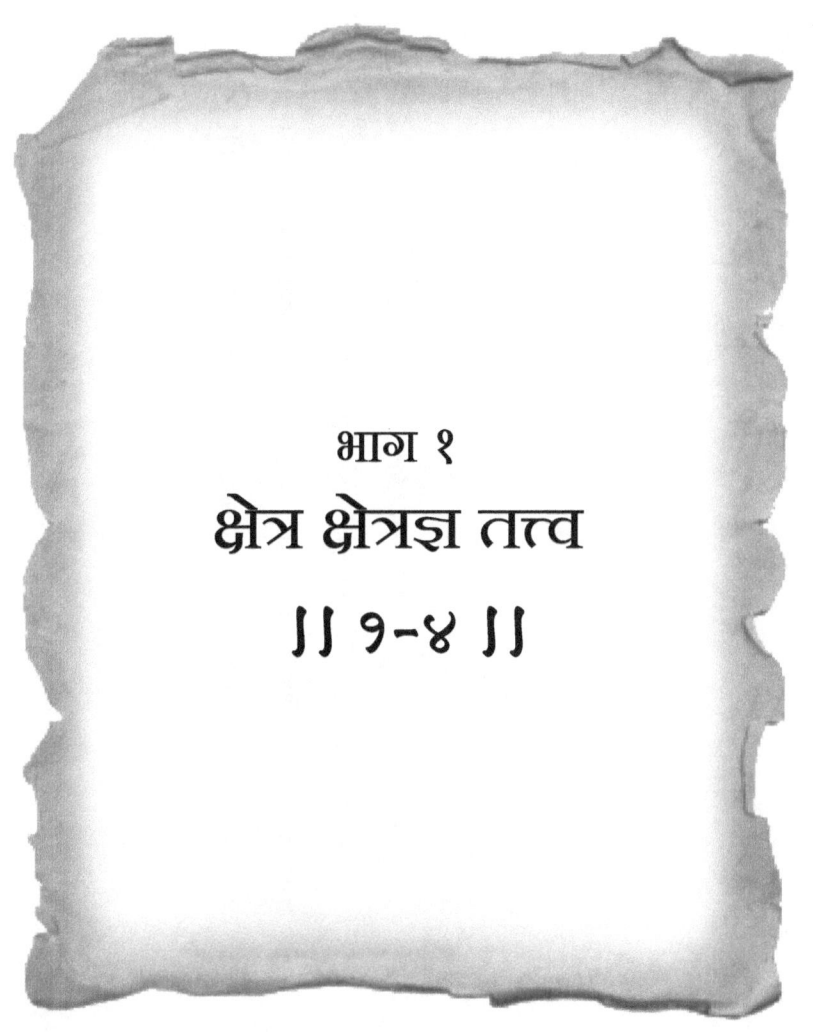

भाग १
क्षेत्र क्षेत्रज्ञ तत्त्व
॥ १-४ ॥

अध्याय १३

इदं शरीरं कौन्तेय क्षेत्रमित्यभिधीयते। एतद्यो वेत्ति तं प्राहुः क्षेत्रज्ञ इति तद्विदः ।।१ ।।

क्षेत्रज्ञं चापि मां विद्धि सर्वक्षेत्रेषु भारत। क्षेत्रक्षेत्रज्ञयोर्ज्ञानं यत्तज्ज्ञानं मतं मम।।२।।

तत्क्षेत्रं यच्च यादृक्च यद्विकारि यतश्च यत्। स च यो यत्प्रभावश्च तत्समासेन मे श्रृणु।।३।।

ऋषिभिर्बहुधा गीतं छन्दोभिर्विविधैः पृथक् । ब्रह्मसूत्रपदैश्चैव हेतुमद्भिर्विनिश्चितैः ।।४ ।।

१-२

श्लोक अनुवाद : श्रीकृष्ण भगवान म्हणाले- हे अर्जुना! हे शरीर 'क्षेत्र' या नावाने ओळखलं जातं आणि याला जो जाणतो, त्याला 'क्षेत्रज्ञ' या नावाने त्याच्या तत्त्वाला जाणणारे ज्ञानीजन ओळखतात।।१।।

हे अर्जुना! तू सर्व क्षेत्रांमध्ये क्षेत्रज्ञ अर्थात जीवात्मादेखील मलाच जाण आणि क्षेत्र-क्षेत्रज्ञचा अर्थात, विकाररहित प्रकृतीला आणि पुरुषाला जे तत्त्वाने जाणणं आहे ते ज्ञान आहे- असं माझं मत आहे।।२।।

गीतार्थ : अर्जुनाच्या मनात प्रकृती, पुरुष, क्षेत्र, क्षेत्रज्ञ, ज्ञान व ज्ञेय यांविषयी जाणण्याची जिज्ञासा निर्माण झाली. अर्जुनाने भगवान श्रीकृष्णांना त्याच्या जिज्ञासेचं समाधान करण्याची विनंती केली. तेव्हा श्रीकृष्ण म्हणाले, 'हे अर्जुना, या शरीरालाच क्षेत्र म्हटलं जातं. चेतनेसाठी कार्य करण्याचं क्षेत्र शरीर आहे. शरीर धारण केल्याशिवाय एकटा ईश्वर कोणतंही कार्य करू शकत नाही. क्षेत्रचा अर्थ आहे पंचमहाभूतांनी (पृथ्वी, आकाश, जल, अग्नी, वायू यांनी) बनलेलं शरीर, त्याची पाच ज्ञानेंद्रियं, पाच कर्मेंद्रियं, मन, बुद्धी आणि अहंकार. ज्ञानेंद्रियांद्वारे पदार्थांचं ज्ञान होतं आणि कर्मेंद्रियांद्वारे विभिन्न प्रकारच्या क्रिया केल्या जातात.

क्षेत्रचा दुसरा अर्थ आहे शेत. शेतात जेव्हा बीज पेरलं जातं, तेव्हा धान्याच्या रूपात त्याचं फळ मिळतं, तद्वतच शरीररूपी शेतात वेगवेगळी कर्मरूपी बीजं पेरली जातात, ज्याचं सुख-दुःखरूपी फळ आपल्याला या शरीरात भोगावं लागतं.

या क्षेत्राला (शरीराला) जाणणाऱ्या साक्षीला क्षेत्रज्ञ असं म्हणतात. क्षेत्र जड असल्याने ते कोणालाही जाणू शकत नाही. परंतु याचं ज्ञान आपल्याला असतं. म्हणून चेतनारहित शरीर एखाद्याच्या ज्ञानाचा विषय (ज्ञेय) असू शकतो. या चेतनारहित शरीराला जो जाणतो, त्याला क्षेत्रज्ञ असं म्हटलं जातं.

क्षेत्र आणि क्षेत्रज्ञ यांच्यातील फरक समजणं तितकंसं कठीण नाही. कारण बाल्यावस्थेतून वृद्धावस्थेपर्यंत जात असताना शरीरात कित्येक प्रकारचे बदल होतात. हे सर्वांना ठाऊक आहे. मात्र जाणणारा तसाच राहतो. 'मी'च्या अनुभूतीत

अध्याय १३ : ३-४

कोणतंही परिवर्तन होत नाही. 'माझा हात किंवा माझा पाय' असं जेव्हा तुम्ही म्हणता, तेव्हा हात आणि पाय यांच्यापेक्षा वेगळे असता ना! क्षेत्र म्हणजे हे हात आणि पाय आणि जो माझे, माझा म्हणत आहे तो क्षेत्रज्ञ!

पुढे श्रीकृष्ण सांगतात, 'सर्व क्षेत्रांमध्ये क्षेत्रज्ञ मीच आहे. सर्व जगात अगणित शरीरं आहेत आणि ती वेगवेगळी असली तरीही, त्यात मीच व्यापलेलो आहे. तुझं क्षेत्र, माझं क्षेत्र, कुत्रा-मांजर यांचं क्षेत्र अशी कितीतरी नावं असलेली क्षेत्रं आहेत, पण या सर्वांचा ज्ञाता एकच आहे- क्षेत्रज्ञ. क्षेत्रज्ञ एक ऊर्जा आहे, ती कोणा एकाची असू शकत नाही. जसं, तुमच्या घरात वीज आहे, तर तुम्ही वीज माझी आहे, असं म्हणू शकत नाही. हे पूर्ण सत्य नाही. कारण ही वीज इतरांच्या घरातदेखील आहे. अशाच प्रकारे क्षेत्रज्ञ सर्व मनुष्य आणि प्राणिमात्रामध्ये, एकच आहे.

हे क्षेत्र आणि क्षेत्रज्ञ यांचं ज्ञान म्हणजे शरीर आणि ईश्वर यांना वेगवेगळं जाणणं, शिवाय हेच खरं ज्ञान आहे. ज्ञान दोन प्रकारचं असतं. एक बुद्धीने आणि दुसरं अनुभवाने जाणता येणारं. बुद्धीने ग्रहण केलेलं ज्ञान जेव्हा आचरणात आणलं जातं तेव्हा ते अनुभवजन्य असतं. ईश्वर शरीरापेक्षा वेगळा आहे हे जाणलं. परंतु केवळ जाणणं याचा अर्थ त्याचा अनुभव प्राप्त केला असं समजता येणार नाही. ज्ञान तेच आहे, जे आचरणात येतं, इतर सर्व अज्ञान आहे.

३-४

श्लोक अनुवाद : यासाठी- ते क्षेत्र जसं आहे, ज्या विकारांनी ते भरलेलं आहे, ज्या कारणांनी जे घडलं आहे आणि तो क्षेत्रज्ञदेखील ज्या प्रभावाखाली आहे- ते सर्व संक्षिप्तरूपात माझ्याकडून ऐक ॥३॥

हे क्षेत्र आणि क्षेत्रज्ञ यांचं तत्त्व- ऋषींद्वारे अनेक प्रकारे सांगितलं गेलंय शिवाय विविध मंत्रांद्वारेदेखील विभागपूर्वक सांगितलं गेलंय. शिवाय उत्तम प्रकारे

निश्चय केलेल्या युक्तियुक्त ब्रह्मसूत्रांच्या पदांद्वारेदेखील सांगितलं गेलंय॥४॥

गीतार्थ : भगवान श्रीकृष्ण सांगतात, 'हे अर्जुना! क्षेत्र काय आहे, त्याचं स्वरूप कसं आहे, त्याचे कोणकोणते गुण आहेत, ते क्षेत्र कोणकोणत्या विकारांनी युक्त आहे, जो क्षेत्रज्ञ ईश्वर आहे त्याचं स्वरूप कसं आहे, क्षेत्रज्ञाचा प्रभाव कोणता आणि किती आहे, यासंबंधी तू माझ्याकडून ऐक.'

'या श्लोकात यांची उत्तरं नाहीत. पुढे जे ज्ञान दिलं जाणार आहे, त्याची केवळ प्रस्तावना या श्लोकात दिली आहे.'

युद्धभूमीवर अर्जुनाला उपदेश करताना क्षेत्र आणि क्षेत्रज्ञ असणं अतिशय महत्त्वाचं आहे, या गोष्टीवर श्रीकृष्ण भर देत आहेत. क्षेत्र आणि क्षेत्रज्ञ यांचं सूक्ष्म अध्ययन करण्यासाठी आणि त्यात अर्जुनाची रुची वाढवण्यासाठी भगवान या विषय-वस्तूची प्रशंसा करत आहेत.

इथे भगवान स्पष्टपणे सांगतात, 'ऋषि-मुनींनी क्षेत्र आणि क्षेत्रज्ञ यांच्याविषयी अनेक ग्रंथांमध्ये भिन्न भिन्न रूपात सांगितलं आहे. ऋषी म्हणजे ज्यांनी ईश्वरीय अनुभव घेतला असे ज्ञानी. त्यांनी उपनिषदांमध्ये शरीर आणि ईश्वर यांच्याविषयीचे अनेक पैलू समजावले आहेत. एकाच वस्तूविषयी वेगवेगळ्या प्रकारे माहिती देण्याची पद्धत उपनिषदांमध्ये आढळते. त्यामुळे वारंवार वाचूनही उपनिषदं कंटाळवाणी वाटत नाहीत. ब्रह्मसूत्रांतदेखील याची चर्चा करण्यात आली आहे. वास्तविक ब्रह्मसूत्रं हे गहन ग्रंथ आहेत. इथे भगवान त्याचं केवळ ओझरतं दर्शन घडवत आहेत. ब्रह्म कोण आहे? कसा आहे? अशी ब्रह्माच्या बोधाशी संबंधित पदं भगवान इथे संक्षिप्त रूपात प्रकट करत आहेत.

अध्याय १३ : ३-४

● मनन प्रश्न :

१. या जगात क्षेत्रं वेगवेगळी असून क्षेत्रज्ञ एकच आहे, या वाक्यातून तुम्हाला कोणता बोध झाला?

भाग २
क्षेत्रज्ञान आणि नऊ गुण
॥ ५-८ ॥

अध्याय १३

हाभूतान्यहङ्कारो बुद्धिरव्यक्तमेव च । इन्द्रियाणि दशैकं च पञ्च चेन्द्रियगोचराः ।।५ ।।

इच्छा द्वेषः सुखं दुःखं सङ्घातश्चेतना धृतिः । एतत्क्षेत्रं समासेन सविकारमुदाहृतम् ।।६ ।।

अमानित्वमदम्भित्वमहिंसा क्षान्तिरार्जवम् । आचार्योपासनं शौचं स्थैर्यमात्मविनिग्रहः ।।७ ।।

इन्द्रियार्थेषु वैराग्यमनहङ्कार एव च । जन्ममृत्युजराव्याधिदुःखदोषानुदर्शनम् ।।८।।

५

श्लोक अनुवाद : आणि हे अर्जुना! तेच मी तुला सांगत आहे, की पाच महाभूतं, अहंकार, बुद्धी, मूळ प्रकृती आणि दहा इंद्रियं, एक मन आणि पाच इंद्रियांचे विषय अर्थात शब्द, स्पर्श, रूप, रस आणि गंध।।५।।

गीतार्थ : या श्लोकात शरीराचा म्हणजेच क्षेत्राचा परिचय दिला आहे. शरीर कोणत्या आणि किती तत्त्वांनी मिळून बनलंय, हे सांगितलं आहे. मनुष्य देह अर्थात क्षेत्रामध्ये खालील तत्त्वांचा समावेश होतो-

१. पंचमहाभूतं- पंचमहाभूतं म्हणजे पृथ्वी, आकाश, जल, अग्नी व वायू. या पंचमहाभूतांनी शरीर बनतं. सृष्टीचे सर्व पदार्थ या पंचमहाभूतांनी बनले आहेत. शरीर सृष्टीचाच एक भाग आहे. परंतु सृष्टीतील अन्य पदार्थ आणि शरीर यात हाच फरक आहे, की केवळ मानवी शरीरच सुख-दुःखाचा अनुभव करू शकतं.

२. अहंकार- शरीरात अहंकार असतो. आपल्याला ईश्वराची ओळख नसल्याने देह, बुद्धी, मन आणि इंद्रियसमूहांनाच मनुष्य आपलं स्वरूप मानून त्याला आपली कहाणी समजतो. या मूळ अज्ञानामुळेच मनुष्यात नेहमी अहंकार भाव जागृत राहतो. मग अहंकारामुळेच लोभ, क्रोध, द्वेष इत्यादी विकार उत्पन्न होतात. परिणामी मनुष्य बंधनात राहून सुख-दुःखाचा अनुभव करतो. मनुष्याला जर आपल्या खऱ्या स्वरूपाची ओळख झाली तर मूळ अज्ञान नष्ट होऊन अहंकारदेखील विलीन होऊन जातो.

३. पंचेंद्रियांचे विषय- पंचेद्रियांद्वारे ज्या विषयांचं ज्ञान मिळतं, ते आहेत पंचेद्रियांचे विषय. शब्द, स्पर्श, रस, रूप आणि गंध. हे सर्व जाणण्याचे विषय आहेत, यासाठी ते 'ज्ञेय'अंतर्गत येतात. सृष्टीत जे काही जाणण्यायोग्य आहे, त्याला ज्ञेय म्हटलं जातं. अहंकार, बुद्धी, विवेक प्रत्यक्षात दिसत नसले तरी आपल्याला त्यांचं ज्ञान होतं. म्हणजे ही सूक्ष्म तत्त्वंदेखील ज्ञेयच्या श्रेणीत आल्याने त्यांचा समावेश क्षेत्रात (शरीरात) होतो.

४. बुद्धी- बुद्धीचा अर्थ आहे सत्-असत्, चांगलं-वाईट, योग्य-अयोग्य

इत्यादींमधील फरक समजण्याची सूक्ष्म शक्ती! बुद्धीद्वारे वस्तूचं ज्ञान होतं. केवळ बाह्य इंद्रियांद्वारे पदार्थांचं ज्ञान होऊ शकत नाही. आपल्या अंतर्यामी ज्ञानेंद्रियांसोबत संलग्न असलेली अशी शक्ती आहे, जिच्याद्वारे पदार्थांचं ज्ञान होतं. डोळ्यांनी रूपाचं ज्ञान होतं, कानांनी शब्दाचं ज्ञान होतं. परंतु हे रूप किंवा शब्द ग्रहण करण्यायोग्य आहेत की नाही, हे बाह्य इंद्रियांनी नव्हे तर 'बुद्धी' या इंद्रियाद्वारे निश्चित करता येतं.

५. माया शक्ती– क्षेत्रचा (शरीराचा) आधार आहे माया शक्ती. ही अव्यक्त असल्याने दिसत नाही. सृष्टीत जितके पदार्थ दिसतात, ते सर्व कार्य आहेत आणि आपल्या कारणांनी तयार झाले आहेत. अशाच प्रकारे शरीर, मन, इंद्रियं, अहंकार, बुद्धी हेदेखील कार्य आहेत, ज्यांचं काही ना काही कारण असतंच. शरीर आणि हा सारा समुदाय अव्यक्त म्हणजेच ईश्वरीय मायेच्या शक्तीने तयार झाला आहे. त्यामुळे मायाशक्तीचा समावेश क्षेत्रात करावा लागतो.

६. इंद्रियं– पाच ज्ञानेंद्रियं आणि पाच कर्मेंद्रियं मिळून एकूण दहा इंद्रियं आहेत. ज्ञानेंद्रियं आणि कर्मेंद्रियं स्थूल आहेत, ती बाहेर दिसून येतात. परंतु त्यांची शक्ती शरीरातच असते. जसं- डोळे, कान, नाक, जीभ व त्वचा बाहेर दिसतात. परंतु पाहण्याची, ऐकण्याची, वास घेण्याची शक्ती आत आहे. त्यामुळे मृत्युसमयी शरीरात बाहेरून सर्व ज्ञानेंद्रियं किंवा कर्मेंद्रियं दिसत असली तरी ज्ञानेंद्रियांचं कार्य जसं- ऐकणं, वास घेणं, वस्तू उचलणं अशा गोष्टी दिसत नाहीत.

७. मन– मानवी मन अतिसूक्ष्म आणि अद्‌भुत आहे. यातच सर्व सृष्टीचा अनुभव होतो. सृष्टी बाहेर असूनही जोपर्यंत ती मनरूपी डोळ्यांनी पाहिली जात नाही तोपर्यंत बाह्य सृष्टीचं ज्ञान होत नाही. समजा, आपला एखाद्याशी वादविवाद झाला तर हा वादविवाद काही काळानी मिटतो. परंतु त्याने निर्माण होणारं दुःख कित्येक दिवस, महिने, इतकंच नव्हे, तर वर्षानुवर्षं सुरू राहतं.

अध्याय १३ : ६

वास्तविक मन हे विविध विचारांचं आणि भावनांचं एक गाठोडं आहे. विवेक शक्ती, निर्णय शक्ती, संकल्प शक्ती इत्यादी आपल्या मानसिक शक्तीचंच एक प्रतिबिंब आहे.

८. पंचेंद्रियांचे विषय– पंचेंद्रियांचे पाच विषय आहेत– शब्द, स्पर्श, रूप, रस आणि गंध. हे पाचही विषय सृष्टीच्या सर्व पदार्थांमध्ये उपलब्ध आहेत. शरीरदेखील सृष्टीचा हिस्सा आहे. त्यामुळे तिथेदेखील हे पाच विषय अस्तित्वात आहेत. शरीराला रूप आणि आकार आहे. शरीरातून निघालेला आवाज आपल्याला ऐकायला येतो. शरीरातून निघालेला गंध आपल्याला समजतो, शरीराच्या एखाद्या भागाला चाटल्यानंतर शरीराच्या रसाचं ज्ञान होऊ शकतं. शरीराला स्पर्श केल्याने आपल्याला त्वचेच्या स्पर्शाचं ज्ञान होतं.

पुढील श्लोकांमध्ये आणखी काही सूक्ष्म क्षेत्रांविषयी जाणू या.

६

श्लोक अनुवाद : इच्छा, द्वेष, सुख, दुःख, स्थूल देहाचा पिंड, चेतना आणि धृती अशा प्रकारे विकारांसह हे क्षेत्र संक्षिप्त स्वरूपात सांगितलं गेलं आहे.।।६।।

गीतार्थ : मागील श्लोकात क्षेत्राचं तत्त्व सांगितल्यानंतर श्रीकृष्ण आता तत्त्वांच्या विकारांविषयी माहिती देत आहेत. ते विकार आहेत– इच्छा, द्वेष, सुख, दुःख, शरीर, चेतना आणि धृती (धीर).

समजा, एखादी किमती कार, विशिष्ट मॉडेल खरेदी करण्याची तुमची इच्छा असते. आता तुम्ही त्यासाठी लागणाऱ्या पैशाची व्यवस्था करता. त्यात तुम्हाला असंख्य अडचणी येतात. त्याच वेळी तुमचा एक मित्र त्याच मॉडेलची कार खरेदी करतो. हे पाहून आता तुमच्या मनात ईर्षा निर्माण होते, 'मी इतकी धडपड करतोय आणि याने मात्र माझ्याआधीच कार खरेदी केली.' त्यामुळे तुम्ही दुःखी होता. तरीही धीर बाळगत प्रयत्न करत राहता.

काही दिवसांनी तुमची इच्छा पूर्ण होते. त्यामुळे तुम्ही सुखावून जाता. या सर्व घडामोडी शरीरात घडत राहतात. मात्र हे शरीर चेतनेच्या शक्तीद्वारे सजीव बनतं, मग त्याचं चलनवलन आणि व्यवहार सुरू होतो. अशा प्रकारे शरीर, प्राणशक्ती आणि अनुभव हे सर्व घटक मिळून क्षेत्र तयार करतात.

थोडक्यात केवळ शरीर, इंद्रियं, मन, बुद्धी, अहंकार हेच क्षेत्र नव्हेत, तर त्यांच्याद्वारे अनुभूत केलेले विषय, भावना, विचार यांचादेखील क्षेत्रातच समावेश होतो. द्रष्ट्यापेक्षा वेगळं जे काही आहे, ते दृश्य आहे. अर्थात क्षेत्र आहे. द्रष्ट्याच्या दृष्टीने जे काही दृश्य, ज्ञात व अनुभव आहे, ते क्षेत्र आहे. हे संपूर्ण क्षेत्र प्रकाशित करणारा तो क्षेत्रज्ञ. अज्ञानवश मनुष्य क्षेत्रालाच आपलं स्वरूप अर्थात क्षेत्रज्ञ (आपली कहाणी) समजतो. म्हणून त्याला स्वतःच्या खऱ्या स्वरूपाचा बोध व्हावा यासाठी जड आणि चेतना यांची समज मिळणं आवश्यक आहे. त्यासाठी भगवान कृष्णांनी इथे क्षेत्र हा विषय अतिशय चांगल्या प्रकारे समजावून सांगितला आहे. पुढील काही श्लोकांमध्ये त्यांनी ज्ञानाविषयी अधिक माहिती दिली आहे.

७

श्लोक अनुवाद : आणि हे अर्जुना! श्रेष्ठतेचा अभिमान नसणं, दंभाचरण न करणं, कोणत्याही प्राण्याला कशाही प्रकारे न सतावणं, क्षमाभाव, मन–वाणी इत्यादींचा सहज–सरळपणा, श्रद्धाभक्तीसह गुरूंची सेवा, बाह्य आणि आंतरिक शुद्धी, अंतःकरणाची स्थिरता आणि मन–इंद्रियांसह शरीराचा निग्रह।।७।।

गीतार्थ : या श्लोकात आणि पुढील काही श्लोकांमध्ये क्षेत्रज्ञाप्रत पोहोचण्यासाठी ज्या गुणांची आवश्यकता असते, त्याचं वर्णन केलं आहे. परमज्ञानी ईश्वरामध्ये खालील गुण आढळतात–

१. अमानित्वम्– अभिमानाचा अभाव असा याचा अर्थ आहे. कोणत्याही प्रकारचा मान मिळावा अथवा नाव व्हावं याची मनात इच्छा नसणं, हे

ज्ञानी पुरुषाचं श्रेष्ठ लक्षण आहे. जात, योग्यता, पद, शिक्षण यांच्यानुसार मनुष्याच्या मनात श्रेष्ठतेचा भाव असतो. शरीराला 'मी' मानल्याने हा भाव पुष्ट होतो, जो मनुष्याला जडतेकडे, चेतनेच्या निम्न स्तरावर नेतो. यासाठी साधकाने अधिकाधिक काळ उच्च चेतनेच्या लोकांसोबत राहायला हवं, त्याने आपलं लक्ष सतत इतरांच्या गुणांकडे ठेवून त्यांचा सन्मान करायला हवा. इतरांचा सन्मान करताना माझा अभिमान नष्ट व्हायला हवा या उद्देशाने तो करायला हवा. त्या बदल्यात समोरच्याकडून मलाही सन्मान प्राप्त व्हावा, असा उद्देश कदापि नसावा.

२. **अदंभित्वम्–** याचा अर्थ मनाचा प्रांजळपणा, अंतर्बाह्य एक असणं. अन्यथा मनुष्य बोलतो एक आणि करतो काही वेगळंच. जसं– मनुष्य मनातल्या मनात आपल्या शेजाऱ्याचा मत्सर करत असतो, पण त्याच्याशी बोलताना मात्र त्याची प्रशंसा करतो. आपल्या मनातील भावना दडवून, वरकरणी काही वेगळंच बोलत असतो. आपले गुण किंवा आपल्याद्वारे झालेलं सत्कार्य जाहीर न करणं, अशी इच्छा बाळगून त्यानुसार वर्तन करणं हे अदंभित्व आहे.

जसं– तुम्ही एखाद्या संस्थेला खूप मोठी रक्कम दान केली. पण ही गोष्ट तुम्ही लोकांना सांगत नाही. परंतु सूक्ष्म स्तरावर तुमची इच्छा असते, की त्या संस्थेच्या वार्षिक कार्यक्रमात संस्थेने दानशूर म्हणून आपलं नाव जाहीर करावं जेणेकरून लोकांमध्ये आपलं नावलौकिक व्हावं. यालाच दंभ म्हणतात.

३. **अहिंसा–** अहिंसेमध्ये दोन गोष्टींचा समावेश होतो. त्यांपैकी मन, वाणी, शरीर यांद्वारे कोणालाही न दुखावणं ही पहिली बाब आणि सर्वांवर आसक्तिरहित विशुद्ध प्रेम करणं ही दुसरी बाब. एखाद्यावर हात उगारणं, मारपीट किंवा शिवीगाळ करणं म्हणजे हिंसा असं बहुसंख्य लोक मानतात. परंतु कोणाविषयी वाईट चिंतणं, वाईट विचार करणं हीदेखील

अध्याय १३ : ७

मानसिक हिंसाच असते. अहिंसा क्षेत्रज्ञचा स्वभाव आहे. मानवी शरीर धारण केल्यानंतर क्षेत्रज्ञ क्षेत्राशी आसक्त बनतो. त्यामुळेच त्याच्याकडून कमी-अधिक प्रमाणात हिंसा घडत राहते. पण तेजज्ञान (सत्यज्ञान) प्राप्त केल्यानंतरच हे शक्य होतं.

सर्वांवर करुणा करणं हे अहिंसेचं मुख्य लक्षण आहे. ही भावना सर्वांचं दुःख दूर करण्यासाठी प्रत्यक्ष पाऊल उचलायला प्रेरित करते. नात्यांच्या साच्यात राहून प्रेम केल्याने त्याला अहिंसेचं स्वरूप येऊ शकत नाही. जर ईश्वरामध्ये सर्वजण आणि सर्वांमध्ये ईश्वर दिसू लागला तर कुणालाही दुःखी करण्याची क्रिया घडणारच नाही आणि त्यामुळे अहिंसेची भावना आपोआपच जागृत होईल.

४. क्षमाभाव– अपराध करणाऱ्यालाही कोणत्याही प्रकारची शिक्षा देण्याची भावना मनात न बाळगणं म्हणजे क्षमाभाव. एखाद्याने तुमचा अपमान केला, शिवी दिली अथवा अपशब्द उच्चारले, तर अशा वेळीदेखील साक्षीभावाने स्वतःच्या मनाकडे पाहण्याची कला शिकायला हवी. यासोबतच समोरचा आपल्या साधनेत मदतच करत आहे, याच भावनेने त्याला क्षमा करायला हवी.

जेवण करताना आपल्याच दातांनी आपली जीभ चावली गेली तर तुम्ही क्रोधित होत नाही. मात्र जीभ लवकर ठीक व्हावी ही इच्छा बाळगता. परंतु दातांना दंड द्यायला हवा, असं मनात येत नाही. कारण दात तोडाल तर आणखी वेदना निर्माण होतील आणि यातून दुःखच पदरात पडेल. अशाच प्रकारे तुमचा कोणी अपमान केला, तुम्हाला त्रास दिला आणि तुम्ही त्याला शिक्षा दिली तर असं करून वास्तविक तुम्ही स्वतःलाच दुःख देत असता. कारण समोरची व्यक्तीदेखील ईश्वराचंच स्वरूप आहे.

५. आर्जवम्– मन, वाणी आणि शरीर यांच्यातील सहज, सरळतेला आर्जव म्हटलं जातं. ज्या साधकामध्ये हा भाव पूर्णपणे उतरतो, तो

सर्वांशी सरळपणाने वागतो. तो सर्वांशी चांगलं वर्तन करतो. एका लहान बालकाप्रमाणे त्यांचं मन निर्दोष आणि शुद्ध असतं. स्वार्थ आणि कपट त्याच्या मनापासून मैलोगणिक दूर असतं.

६. **आचार्योपासनम्** – ज्ञान प्रदान करणाऱ्या गुरूंवर श्रद्धा आणि विश्वास ठेवणं, गुर्वाज्ञेचं तंतोतंत पालन करणं आणि त्यानुसार आचरण करणं आचार्योपासना आहे. गुरूंचं कार्य पुढे नेण्यात मदत करून गुरुसेवेत लीन राहण्यानेच आध्यात्मिक उन्नतीचा मार्ग खुला होतो.

७. **शौचम्** – शुद्धीला शौच म्हटलं जातं. साधकाने आंतरिक आणि बाह्य अशा दोन्ही स्तरावर शुद्धीकरण करायला हवं. स्नान, शरीराची शुद्धता, सेवाकार्यात सहभाग, इंद्रियांवर संयम या गोष्टींचा समावेश बाह्य शुद्धीमध्ये होतो. साधकाने पाहणं, बोलणं, खाणं इत्यादी गोष्टींमध्ये संयम राखायला हवा. आंतरिक शुद्धी अर्थात, मनाच्या विकारांची शुद्धी. राग, द्वेष, फसवणूक, कावेबाजपणा इत्यादी विकार नष्ट होऊन अंतःकरण स्वच्छ होणं या गोष्टी आंतरिक शुद्धतेमध्ये समाविष्ट होतात.

८. **स्थैर्यम्** – मनाच्या स्थिरतेला स्थैर्य म्हटलं जातं. अगदी मोठ्यात मोठं संकट कोसळलं, एखाद्या गोष्टीचा खूप त्रास होऊ लागला, भीती वाटू लागली अथवा दुःख पदरी पडलं तरीही विचलित न होणं किंवा मनाच्या विकारांमुळे आपले निर्णय न बदलणं हे ज्ञानी पुरुषाचं लक्षण आहे. मन आणि बुद्धी यांमध्ये कुठल्याही प्रकारची चंचलता नसणं यालाच स्थैर्य म्हटलं गेलं आहे.

९. **आत्मविनिग्रह** – इथे 'आत्मा' हा शब्द अंतःकरण आणि पंचेंद्रियांकडे संकेत करतो. या सर्वांना वश करणं म्हणजेच आत्मनिग्रह आहे. आत्मनिग्रहाची भावना पूर्णपणे प्रकट झाल्यानंतरच मन, बुद्धी, इंद्रियं आपली गुलाम बनतात, आपल्या काबूत राहतात. त्यानंतर ते तुम्हाला विषयांमध्ये गुरफटून ठेवत नाहीत, तर निरंतर साधनेमध्येच ठेवतात.

अध्याय १३ : ८

८

श्लोक अनुवाद : आणि या लोकातील व परलोकातील संपूर्ण भोगांमध्ये आसक्तीचा आणि अहंकाराचा अभाव. जन्म, मृत्यू, वृद्धावस्था आणि रोग इत्यादींमध्ये दुःख व दोष यांचा वारंवार विचार करणं॥८॥

गीतार्थ : भगवान श्रीकृष्ण पुढे सांगत आहेत, की परमज्ञानाची अवस्था प्राप्त होण्यासाठी या लोकातील (पार्ट वनमधील) आणि परलोकातील (पार्ट टूमधील) सर्व भोगांमध्ये आसक्तीचा अभाव असायला हवा. मनुष्य डोळे, कान, नाक, जीभ व त्वचा या पंचेंद्रियांनी रूप, शब्द, गंध, रस आणि स्पर्श यांचा अनुभव घेतो. इंद्रियांद्वारेच मनुष्य या सर्व विषयांचा उपभोग घेतो. अज्ञानवश मनुष्य विषयभोगांनाच सुखाचं कारण समजतो. वास्तविक या गोष्टी दुःखाला कारणीभूत ठरतात. जसं- तुम्ही मुलायम गादीवर झोपलेले असताना, स्पर्शसुखाचा आनंद घेत असताना अचानक जर तुम्हाला ही सुविधा मिळणं बंद झालं तर काय होईल? सुःख दुःखात परिवर्तित होईल. कारण जी गोष्ट त्याला सुख देते तीच त्याच्या दुःखाचं कारण असते, हे खरा साधक जाणत असतो. ही समज तुम्हाला जागृत करून समभावात राहायला शिकवते.

भोगांचा स्वभाव जाणूनच तुम्ही इंद्रियांचे भोग उपभोगायला हवेत. हेच माझ्या सुख आणि दुःख यांचं कारण आहेत... ही माझी कहाणी आहे का? जसं दिवसानंतर रात्र येते, तसंच सुखामागून दुःख येत असतं. या समजेसह जीवन जगणं म्हणजेच इंद्रियांच्या विषयासंबंधी वैराग्य प्राप्त होणं आहे. वितरागीच अनासक्त राहून जगात वावरत असतो.

मन, बुद्धी आणि शरीर यांना 'मी' मानणं हाच अहंकार आहे. अज्ञानी आणि ज्ञानी यांमध्ये हाच फरक आहे, की अज्ञानी सर्व क्रिया अहंकाराने प्रेरित होऊन करतो, तर ज्ञानी प्रत्येक क्रिया अहंकाररहित होऊन करतो. मी नव्हे, तर माझ्याद्वारे करवून घेतलं जात अहे या भावनेने तो कार्य करतो.

अध्याय १३ : ८

एक स्त्री आपल्या कुटुंबाला स्वास्थ्य, समृद्धी, सुख-शांती लाभावी यासाठी प्रार्थना करते. परंतु अहंकाररहित एक स्त्री, जी स्वतःला शरीर, मन, बुद्धी यांच्यापलीकडे मानून सर्व मानवजातीसाठी प्रार्थना करते. मग तिच्या प्रार्थनेत तिचं कुटुंब आपसूकच समाविष्ट झालेलं असतं.

वास्तवात ईश्वराने मनुष्याला प्रेमाची अद्भुत शक्ती देऊन खरंतर खूप मोठी कृपा केली आहे. परंतु प्रेमाची ही शक्ती तो मी, माझं, मला यांवर प्रेम करून खर्च करतो. हेच प्रेम जर त्याने शरीराच्या पलीकडे असणाऱ्या 'खऱ्या मी' वर केलं तर त्याला 'मी शरीरापेक्षा वेगळा आहे' याची अनुभूती येऊ लागेल. याचा सततचा अभ्यास क्षेत्रकडून क्षेत्रज्ञकडे जाण्यासाठी साहाय्यक ठरेल.

या श्लोकात पुढे असं सांगितलंय, की जन्म, मृत्यू, वृद्धत्व आणि रोग यांमध्ये दुःख आणि दोष यांचा वारंवार विचार करणं. श्रीकृष्ण सांगतात, 'मी शरीर नाही' तर मग कोण आहे? मला हे शरीर का मिळालंय? शरीरासोबत जन्म, मृत्यू, वृद्धत्व, रोग या गोष्टी का लागल्या आहेत? जर हे शरीर मला मिळालंय तर हे शरीर प्राप्त होण्यापूर्वी मी कुठे होतो? मृत्यू, वृद्धत्व, आजार यांनी मनुष्य दुःखी का होतो? या विषयावर मनुष्याने सतत मनन करत राहायला हवं, याचं दर्शन करत राहायला हवं.

जसं, जगातील कोणतीही वस्तू स्थायी नाही, तसं हे शरीरदेखील एक ना एक दिवस त्यागावंच लागतं. आई-वडील, भाऊ-बहीण, मित्र यांचा कधी ना कधी मृत्यू होतो. पण आधी कोण जाणार हे कोणालाही माहीत नसतं. मूल आधी जातं, आई राहते. पती जातो, पत्नी राहते. आजूबाजूला हे सर्व घडत असताना आपल्याला केवळ पाहायचं आहे. याच्या सतत चिंतनानेच वैराग्यभाव प्रकट होतो.

बऱ्याच वेळा वैराग्यचा अर्थ जगातील सर्व पदार्थांप्रति अनासक्त होणं असा घेतला जातो. परंतु यात शरीराविषयी वैराग्यदेखील समाविष्ट आहे, हे

अध्याय १३ : ८

समजायला हवं. शरीरासोबत वैराग्य नसेल, तर जगाविषयी वैराग्य प्राप्त झालं तरी त्याला काहीच अर्थ राहत नाही. जगाच्या बाबतीत अनासक्ती आणि शरीरासोबत आसक्ती अशाने वैराग्याशी योग्य ताळमेळ बसू शकत नाही.

आपल्या शुद्ध स्वरूपात स्थित होण्यासाठी प्रथम आपण आपल्यातील दोष पाहायला हवेत. जोपर्यंत मनुष्याला स्वतःच्या आंतरिक बंधनांचं भान राहत नाही, तोपर्यंत तो त्यातून बाहेर येण्याचा प्रयत्नही करत नाही. तो आपले विचार आणि धारणा यांनी निर्माण झालेल्या दुःखात गढून जातो आणि जे काही घडत असतं, ती आपली कहाणी मानण्याची चूक करून बसतो. तो जेव्हा स्वतःच्या आत डोकावेल तेव्हाच त्याला या सर्व गोष्टींचं दर्शन होईल आणि यातून बाहेर पडण्याची इच्छा त्याच्यात निर्माण होईल. जसं- परीक्षेला जाण्यापूर्वी, इंटरव्ह्यू देण्यापूर्वी तुम्हाला खूप भीती वाटते. परंतु तुम्ही ती सामान्य समजता. कारण अशा वेळी आजूबाजूचे लोकदेखील घाबरत असतात, हे तुम्ही पाहिलेलं असतं. त्यामुळे अशा भयातून बाहेर पडण्याची तुम्हाला आवश्यकताच भासत नाही. मात्र एक अशी मुक्त अवस्था आहे, जिथून सर्व क्रिया आनंदी राहून केल्या जाऊ शकतात, हे जेव्हा तुम्ही जाणता, तेव्हाच ती अवस्था प्राप्त करण्याचा प्रयत्न तुमच्याकडून होऊ लागतो.

● मनन प्रश्न :

१. तुम्ही या श्लोकांमध्ये क्षेत्र या विषयाला अधिक सूक्ष्मतेने समजून घेतलंय का? शरीर सोडून अन्य कोणत्या गोष्टी क्षेत्रांतर्गत येतात, यावर मनन करा.

२. क्षेत्रज्ञकडे जाण्यासाठी तुम्ही कोणते गुण आत्मसात करण्याचा निश्चय केला आहे?

३. मृत्यू, वृद्धत्व आणि आजार यांबाबत तुम्ही कोणता विचार करता?

भाग ३
ज्ञानाची साधनं
॥ ९-११ ॥

अध्याय १३

असक्तिरनभिष्वङ्गः पुत्रदारगृहादिषु । नित्यं च समचित्तत्वमिष्टानिष्टोपपत्तिषु।।९।।

मयि चानन्ययोगेन भक्तिरव्यभिचारिणी । विविक्तदेशसेवित्वमरतिर्जनसंसदि।।१०।।

अध्यात्मज्ञाननित्यत्वं तत्वज्ञानार्थदर्शनम् । एतज्ज्ञानमिति प्रोक्तमज्ञानं यदतोऽन्यथा ।।११ ।।

९

श्लोक अनुवाद : आणि पुत्र-स्त्री-घर-धन इत्यादींविषयी आसक्तीचा अभाव, ममता नसणं तसंच प्रिय आणि अप्रिय यांच्या प्राप्तीत सदैव चित्त सम राहणं।।९।।

गीतार्थ : आसक्ती आणि ममता यांचा अभाव- आठव्या श्लोकात इंद्रियांविषयी जे वैराग्य सांगितलं आहे, त्यात पुत्र, स्त्री, धन आणि घर यांविषयीच्या वैराग्याबद्दल सांगितलं आहे. या सर्वांचा मनुष्याला विशेष मोह असतो. त्यामुळे त्यांच्याबाबतीत त्याला फार आसक्ती असते. इंद्रियसुखांविषयीची आसक्ती नष्ट झाली तरी पुत्र, स्त्री, धन आणि घर यांच्याविषयीची आसक्ती त्याच्यात दडलेलीच असते. यासाठीच या गोष्टींपासून पूर्णपणे अनासक्त होण्याविषयी विशेषतः सांगण्यात आलं आहे.

ममतेच्या भावनेमुळेच आई-वडिलांचे आपल्या मुलांशी घनिष्ठ संबंध प्रस्थापित होतात. त्यामुळेच त्यांच्या सुख-दुःखात किंवा लाभ-हानीमध्ये ते सुखी अथवा दुःखी होत राहतात. भावनेचं रहस्य जाणून साधक यापासून अलिप्त राहू शकतो. अशाच प्रकारे आपली धन-संपत्ती, स्थावर मालमत्ता यांविषयीदेखील मनुष्याचा मोह सुटत नाही. पण त्यासाठी पार्टटूमध्ये (मृत्यूनंतरच्या जीवनात) धन-संपत्तीचा काही एक उपयोग होत नाही, ही समज त्याने प्राप्त करायला हवी. तेथील धन-संपत्ती आहे- वैराग्य आणि अनासक्ती.

इष्ट-अनिष्ट यांमध्ये समचित्त- आपल्या प्रिय व्यक्ती, क्रिया, घटना आणि पदार्थ यांच्याशी योग आणि आपल्याला अप्रिय असलेल्या बाबींशी वियोग सर्वांनाच इष्ट वाटत असतो. अशाच प्रकारे प्रिय गोष्टींचा वियोग आणि अप्रिय गोष्टींचा योग अनिष्ट वाटतो. इष्ट आणि अनिष्ट यांच्याशी संयोग झाल्यानंतर सुख अथवा दुःख न होणं हे परमज्ञानी मनुष्याचं लक्षण आहे. कोणत्याही परिस्थितीत मनाची समता न गमावणं, मन निर्विकार राखणं, प्रतिकूलशी योग झाला तरी आणि अनुकूलशी वियोग घडल्यानंतरही कोणत्याही प्रकारचं दुःख, क्रोध किंवा पश्चात्ताप न होणं, यालाच इष्ट आणि अनिष्ट यांविषयी समचित्तता असणं असं म्हटलं जातं.

१०

श्लोक अनुवाद : आणि माझ्यात, परमेश्वरात अनन्य योगाद्वारे अव्यभिचारिणी भक्ती, एकांत आणि शुद्ध देशात राहण्याचा स्वभाव, विषयासक्त मनुष्याच्या समुदायाविषयी प्रेम नसणं।।१०।।

गीतार्थ : या श्लोकात क्षेत्रज्ञकडे जाण्यासाठी उपयुक्त असणारे आणखी तीन गुण सांगितले आहेत.

१. अनन्य योग, अव्यभिचारिणी भक्ती– जगात ईश्वरापेक्षा अन्य काहीही श्रेष्ठ नाही आणि त्याच्यापेक्षा वेगळं असं कोणाचंही स्वतंत्र अस्तित्व नाही, हे मानणं हा अनन्ययोगाचा अर्थ आहे. या जगात ज्या काही श्रेष्ठ वस्तू आहेत, त्या सर्वांचा आधार ईश्वरच आहे. त्याच्याद्वारेच सर्वांची उत्पत्ती होते आणि ते नष्ट झाल्यानंतरही त्यातच विलीन होतात. स्वतःमध्ये आणि सर्व लोकांमध्ये ईश्वर पाहणं, हाच याचा अर्थ आहे.

अशा प्रकारे भक्ती करणाऱ्या मनुष्यात स्वार्थ आणि अहंकार यांचा लोप होतो. जगातील कोणत्याही वस्तूविषयी त्यांची ममता राहत नाही. सर्वांशी त्याचा संबंध ईश्वराच्या माध्यमातूनच होतो. तो सर्वांमध्ये ईश्वरच पाहतो. त्याच्या सर्व क्रिया ईश्वरासाठीच असतात.

सर्व लोकांमध्ये ईश्वरतत्त्व न पाहता लोकांना त्याच्या रूपाच्या आणि स्वभावाच्या आधारे ओळखणं यालाच इथे व्यभिचार म्हटलं गेलं आहे. नातेवाईक, मित्र, कुटुंब यांना विविध बिरुदं लावून त्यांच्याशी वागण्याला व्यभिचार म्हटलं आहे. प्रत्येक व्यक्तीच्या मागे दडलेलं मूळ तत्त्व पाहू शकणं, ही अव्यभिचारिणी भक्ती आहे.

अव्यभिचारिणी भक्तीद्वारेच साधक अनन्य योग प्राप्त करतो. त्यात अन्य असं कोणीही नसतं. खरंतर ज्याच्यासोबत योग झालाय केवळ त्या एकासोबतच राहणं शक्य आहे. तुम्ही ज्या उद्दिष्टासोबत योग केला आहे, त्याच्याशी एकनिष्ठ राहणं हीच अनन्य भक्ती आहे. क्षेत्रज्ञाप्रत पोहोचणं हे जर

तुमचं लक्ष्य असेल, तर तुम्ही दररोज श्रवण, मनन, ध्यान करणं आवश्यक आहे. साधक जेव्हा ध्यानाला अनुकूल असणाऱ्या वातावरणात राहतो, तेव्हाच ध्यानात स्थिरता प्राप्त करता येते. यासाठी साधकाने दोन गोष्टींचं अनुसरण करायला हवं.

२. एकांत– मनुष्याचं मन जितकं अधिक शुद्ध आणि भोग-विलासात अनासक्त होत जातं, तितकी 'स्व'ला जाणण्याची तृष्णा त्याच्यात वाढत राहते. म्हणून आपलं लक्ष्य पूर्ण व्हावं यासाठी मनुष्याला एकांतात राहणं आवडतं. एकांताचे दोन प्रकार आहेत. एक बाह्य एकांत आणि दुसरा आंतरिक एकांत. बाह्य एकांत म्हणजे जिथे कोणत्याही प्रकारचा कोलाहल अथवा गर्दी नसते. अशा स्थानी एकाग्रता वाढते. एकाग्रता वाढताच 'मी कोण आहे' या प्रश्नावर मनन साधना चांगल्या प्रकारे होते. त्याचबरोबर दिखाऊ सत्याचं दर्शनही घडतं म्हणून एकांत स्थान महत्त्वाचं आहे.

आंतरिक एकांतचा अर्थ आहे, मनात विचारांची गर्दी असतानाही एकटं राहण्याचा अनुभव घेणं. म्हणजेच तुमच्या मनात असंख्य विचार सुरू आहेत. परंतु तुम्ही त्यांकडे क्षेत्रज्ञच्या स्थानावरून साक्षीभावाने पाहत आहात. साक्षी भावनेनं विचारांना पाहणं म्हणजे एकांतात राहणं होय. आपल्या उद्दिष्टाप्रति एकनिष्ठ असणारा साधक अशा एकांतात राहणं पसंत करतो. तो विचारांच्या गर्दीत हरवून जात नाही.

एकांताचा आणखी एक पैलू जाणू या. एकांताचा अर्थ आहे एकाचा अंत. ज्या एकासोबत (मनासोबत) तुम्ही नेहमी राहता, त्याचादेखील अंत. साधक जेव्हा मनापलीकडील अवस्थेत पोहोचतो, तेव्हा एकांत घडतो. एकाचा अंत... शून्य अवस्था... 'काही नाही'ची अवस्था...

३. शुद्ध देश– क्षेत्रज्ञ अवस्था प्राप्त करण्याची जिज्ञासा बाळगणारा मनुष्य शुद्ध देशात राहणं पसंत करतो. शुद्ध देश अर्थात असं स्थान जिथे कोणत्याही प्रकारचा कोलाहल अथवा गोंधळ नसतो, जिथे राहिल्याने कोणावरही आपत्ती कोसळत नाही, स्वच्छ, निर्मळ, अहिंसेने भारलेलं वातावरण असतं,

अध्याय १३ : ११

निसर्गरम्य सुंदर जागा असते, पाणी आणि हवा या गोष्टी शुद्ध, चांगल्या असतात, आरोग्यदायी आणि सात्त्विक वातावरण असतं. परमज्ञानप्राप्तीसाठी अशा स्थानी राहणं साधकाला साहाय्यक ठरतं.

आता साधक मायेने लिप्त अशा असंस्कारी, अविवेकी जनसमुदायापासून दूर राहू इच्छितो. शुद्ध वातावरणात (देशात) जिथे ज्ञान उपलब्ध आहे, तिथे तो जातो.

इथे कपट, अनुमान, अविश्वास दाखवणाऱ्या जनसमुदायापासून दूर राहायला सांगितलं गेलं आहे, संत- महात्म्यांपासून नव्हे. जनसमुदायाविषयी अरुची याचा अर्थ जगापासून पलायन करणं अथवा समाजाचा द्वेष करणं असा समजू नये.

११

श्लोक अनुवाद : आणि अध्यात्मज्ञानात नित्य स्थिती आणि तत्त्वज्ञानाच्या अर्थरूपातील परमात्म्यालाच पाहणं- हे सर्व ज्ञान आहे आणि जे याच्या विपरीत आहे, ते सर्व अज्ञान, असं सांगितलं आहे.।।११।।

गीतार्थ : ज्ञानावर प्रकाश टाकणाऱ्या या विभागातील अंतिम श्लोकात भगवान श्रीकृष्ण आणखी दोन गुण सांगत आहेत.

१. अध्यात्मज्ञानात नित्य स्थिती- अध्यात्मज्ञानाचा अर्थ आहे- आत्म्याविषयीचं (ईश्वराविषयीचं) ज्ञान. आत्मज्ञानाचा अर्थ आहे- शरीर आणि मन यांच्यापलीकडे असणाऱ्या आपल्या मूळ स्वरूपाचा अनुभव. शरीरापासून वेगळं असण्याचा अनुभवच आत्मज्ञान आहे. यासाठी ध्यान आणि जागृती यांचा अभ्यास आवश्यक आहे. इथे अध्यात्मज्ञानात नित्य स्थिती म्हटलं गेलं आहे. परंतु मनुष्य काय करतो! तासभर ध्यान केलं, आता निवांतपणे दिवसभर मायेत फिरायला मोकळा. परंतु इतकं पुरेसं नाही. उठता-बसता, खाता-पिता, झोपताना-जागेपणी, प्रत्येक काम करत असताना ध्यान व्हायला हवं. जागृतीचा मीटर सुरू राहावा याचा प्रयत्न

करायला हवा. एक तासाने सुरुवात करून नंतर दोन, तीन, चार अशा प्रकारे ध्यानाची वेळ वाढवत न्यायला हवी. दर तासाला स्वतःची विचारपूस करायला हवी, 'अमुक काम मी का करत आहे? करणारा कोण आहे? ही माझी कहाणी आहे का?' हे केल्याने सतत जागृती राखली जाऊ शकते. यालाच अध्यात्मज्ञानात नित्य स्थिती म्हटलं आहे.

२. तत्त्वज्ञानाचं दर्शन करणं – ज्ञानाला रूप आणि गुण यांपलीकडे तत्त्वाने समजणं हा तत्त्वज्ञानाचा अर्थ आहे. याचाच अर्थ, सर्वत्र परमात्म्याचं दर्शन करणं. तुम्ही जेव्हा एखाद्याला भेटता, तेव्हा त्याच्या मनामध्ये किंवा शरीरामध्ये गुरफटून जाता. हा शत्रू आहे... हा मित्र आहे... हा स्मार्ट आहे... हा उंच आहे... हा मूर्ख आहे... या गोष्टी बाजूला ठेवून त्याला पाहा. सर्वप्रथम त्याच्या शरीराचा आकार आणि मनातील विचार दूर करून टाका. त्यानंतर तुम्हाला अनुभव होईल, की 'मी आनंद स्वरूप आहे आणि समोरचादेखील आनंद स्वरूप आहे. मीच मला भेटत आहे.'

मागील श्लोकांमध्ये 'अमानित्वम्'पासून 'तत्त्वज्ञानदर्शनम्'पर्यंत ज्या गुणांचं वर्णन केलं आहे, ते सर्व ज्ञानप्राप्तीचे साधनं आहेत. त्यामुळे त्यांचं नावदेखील 'ज्ञान' ठेवण्यात आलं. क्षेत्र आणि क्षेत्रज्ञ यांचा शाब्दिक अर्थ समजल्यानंतर कोणी असं समजू नये, की ज्ञान प्राप्त झालं. वास्तविक पाहता खरं ज्ञान ते आहे, जे वरील वीस साधनांच्याद्वारे क्षेत्र-क्षेत्रज्ञ यांचं स्वरूप तत्त्वाने जाणल्यानंतर प्राप्त होतं. ही बाब समजण्यासाठीच इथे साधनांना 'ज्ञान' असं नाव दिलं आहे.

अमानित्वम् इत्यादी गुणांशिवाय प्रशंसा, दंभ, हिंसा, क्रोध, कपट, लोभ, आसक्ती, ममता, अश्रद्धा, कुसंग इत्यादी दोष आहेत. हे सर्व अज्ञान वाढवणारे आणि चेतनेचा स्तर खालावणारे आहेत. त्यामुळे हेही सर्व अज्ञानच आहे.

अध्याय १३ : ११

● मनन प्रश्न :

१. तुमची ममता आसक्तीकडे आकर्षित तर होत नाही ना, याचा अंदाज घ्या.

२. तुम्ही एकांतात राहू इच्छिता का? तुमचं उत्तर 'नाही' असं असेल तर का?

३. जागृतीचा अभ्यास करण्यासाठी तुम्ही प्रत्येक तासाला स्वचौकशी करता का?

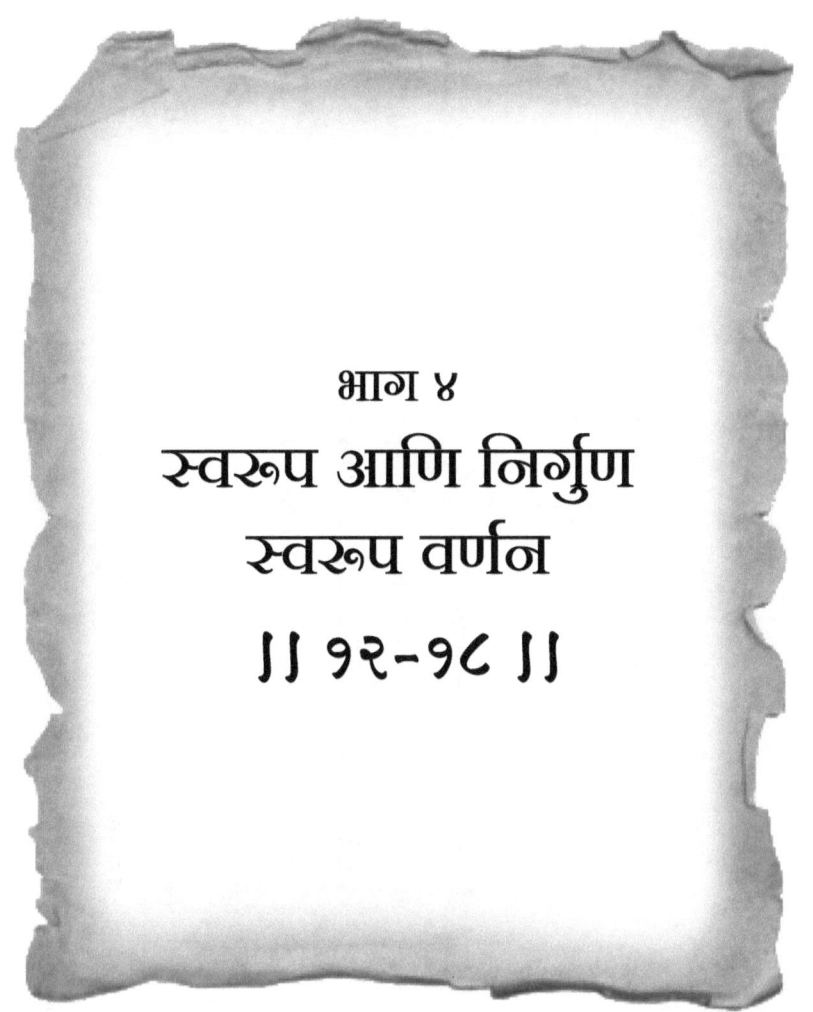

भाग ४
स्वरूप आणि निर्गुण
स्वरूप वर्णन
॥ १२-१८ ॥

अध्याय १३

ेयं यत्तत्वप्रवक्ष्यामि यज्ज्ञात्वामृतमश्नुते । अनादिमत्परं ब्रह्म न सत्तन्नासदुच्यते।।१२।।

सर्वतः पाणिपादं तत्सर्वतोऽक्षिशिरोमुखम् । सर्वतः श्रुतिमल्लोके सर्वमावृत्य तिष्ठति ।।१३।।

सर्वेन्द्रियगुणाभासं सर्वेन्द्रियविवर्जितम् । असक्तं सर्वभृच्चैव निर्गुणं गुणभोक्तृ च ।।१४ ।।

बहिरन्तश्च भूतानामचरं चरमेव च । सूक्ष्मत्वात्तदविज्ञयं दूरस्थं चान्तिके च तत् ।।१५।।

अविभक्तं च भूतेषु विभक्तमिव च स्थितम् । भूतभर्तृ च तज्ज्ञेयं ग्रसिष्णु प्रभविष्णु च ।।१६ ।।

ज्योतिषामपि तज्ज्योतिस्तमसः परमुच्यते । ज्ञानं ज्ञेयं ज्ञानगम्यं हृदि सर्वस्य विष्ठितम् ।।१७ ।।

इति क्षेत्रं तथा ज्ञानं ज्ञेयं चोक्तं समासतः । मद्भक्त एतद्विज्ञाय मद्भावायोपपद्यते ।।१८ ।।

१२

श्लोक अनुवाद : आणि हे अर्जुना- जे जाणण्यायोग्य आहे आणि जे जाणल्यानंतर मनुष्याला परमानंद प्राप्त होतो, ते मी चांगल्या प्रकारे सांगेन. त्या अनादी परमब्रह्माला न सत् म्हटलं जाऊ शकतं, न असत् ।१२।।

गीतार्थ : सातव्या श्लोकापासून ते अकराव्या श्लोकापर्यंत आपण क्षेत्रज्ञचे गुण आणि लक्षणं जाणली. यांनाच साधकाला पुढे जाण्यासाठीचं साधनदेखील म्हटलं गेलं आहे. या साधनांनाच भगवान श्रीकृष्णांनी ज्ञान असं संबोधलं आहे. आता साधकांच्या मनात ही जिज्ञासा निर्माण होऊ शकते, की या साधनांद्वारे प्राप्त झालेल्या ज्ञानात 'जाणण्यायोग्य तत्त्व' काय आहे आणि ते जाणल्यानंतर काय होतं? याचं उत्तर देण्यासाठी भगवान श्रीकृष्ण पुढील सहा श्लोकांमध्ये जाणण्यायोग्य तत्त्वाच्या स्वरूपाचं वर्णन करताना म्हणतात-

ज्याच्या प्राप्तीसाठीच मनुष्यजन्म मिळाला आहे, ज्याचं वर्णन उपनिषदं, शास्त्रं आणि ग्रंथ यांमध्ये केलं गेलं आहे, त्या जाणण्यायोग्य तत्त्वाला 'ज्ञेय' म्हणतात. या जगात जितकेही विषय, पदार्थ, विद्या, कला इत्यादी आहेत ते सर्व जाणण्याची गरज असतेच असं नाही. परंतु परमेश्वर (ज्ञेय) जाणण्यायोग्य आहे. कारण भौतिक विषय कितीही जाणले तरीदेखील त्यात काही ना काही उणीव राहतेच. शिवाय भौतिक विषयांच्या माहितीने दुःख आणि जन्म-मरण यांचं भय नष्ट होत नाही. परंतु ज्ञेयला तत्त्वाने जाणल्यानंतर इतर जाणण्यायोग्य काहीही शिल्लक राहत नाही. त्यामुळे जगात ज्ञेयला जाणण्याशिवाय अन्य काहीही जाणण्यायोग्य नाहीच.

पुढे श्रीकृष्ण सांगतात, 'या ज्ञेय तत्त्वाला जाणल्यानंतर अमरतेचा अनुभव येतो. कारण तुम्ही तुमचं खरं स्वरूप जाणता. त्याची प्राप्ती झाल्यानंतर जाणणं, करणं, प्राप्त करणं या गोष्टीच शिल्लक राहत नाहीत. म्हणून ईश्वर अमर आहे. परंतु तो नश्वर शरीराशी योग करून स्वतःला जन्मणारा आणि मरणारा मानू लागतो. मात्र स्वतःला जाणल्यानंतर त्याच्याकडून ही चूक होत नाही. कारण तो शरीराला स्वतःपासून विलग पाहू शकतो. जो ना जन्मतो ना मरतो. हाच अमरतेचा अनुभव आहे.

अध्याय १३ : १२

या ब्रह्मस्वरूप ज्ञेयचा ना आदी आहे ना अंत. यानेच सृष्टीची निर्मिती होते, तो यातच राहतो आणि शेवटी यातच विलीन होतो. त्यामुळेच त्याला अनादी म्हटलं जातं.

श्रीकृष्ण पुढे अतिशय गहन बाब सांगत आहेत, 'हे अनादी ब्रह्म ना सत्य आहे, ना असत्य. कारण ते अवर्णनीय आहे, दोहोंच्या पल्याड आहे. सत्य हा शब्ददेखील मनुष्याचीच निर्मिती आहे आणि असत्य हा शब्ददेखील मनुष्यानेच तयार केला गेला आहे. वास्तव तर हे आहे, की मनुष्याकडून बनलेला कोणताही शब्द त्या ब्रह्माला परिभाषित करू शकत नाही. मनुष्य स्वतःला समजावं यासाठी ब्रह्म सत्य आहे, असं म्हणतो. वास्तविक ब्रह्म सत्यही नाही आणि असत्यही नाही.

मात्र सत्य-असत्य याविषयी बुद्धी निर्णय करते. मन, वाणी आणि बुद्धी यांच्याशी संबंधित विषयांमध्ये असं म्हटलं जातं. परंतु ज्ञेय तत्त्व सर्वस्वी मन, वाणी, बुद्धी यांच्या पलीकडे आहे. त्यामुळे ते सत्य-असत्य यांमध्ये विभागलं जाऊ शकत नाही.

असत्याविना सत्याचं अस्तित्व नाही, हे तर तुम्ही जाणताच. जसं, काळ्या रंगाविना शुभ्र रंगाचा, अंधकाराशिवाय प्रकाशाचा, अज्ञानाविना ज्ञानाचा आणि रात्रीविना दिवसाचं अस्तित्वच नसतं. अंधकार नावाची वेगळी कोणती गोष्ट नाही. जेव्हा प्रकाशाचा अभाव असतो, तेव्हा त्याला अंधकार म्हटलं जातं आणि अंधाराच्या अभावाला प्रकाश! आता तुम्हीच सांगा, सूर्यात अंधकाराचा किंवा प्रकाशाचा अभाव कधी असू शकतो का? नाही. कारण सूर्याचं तेज अंधकार आणि प्रकाश यांच्यापलीकडे आहे.

अगदी अशाच प्रकारे अनादी ब्रह्म ना सत्य आहे, ना असत्य. कारण जेव्हा सत्य सांगितलं जातं, तेव्हा त्याच्या पार्श्वभूमीत असत्य दडलेलं असतं आणि जेव्हा असत्य शब्दाचा प्रयोग केला जातो, तेव्हा त्याच्या पार्श्वभूमीवर सत्य दडलेलं असतं. परंतु ब्रह्म त्या तत्त्वाचं नाव आहे, ज्यात समोर आणि

अध्याय १३ : १३

मागे वेगळं काहीच नसतं; सर्वकाही एकच असतं.

त्यामुळेच परमात्म्याच्या विषयात सत्य आणि असत्य या दोन शब्दांचा प्रयोग केला जाऊ शकत नाही. जसं, दिवस आणि रात्र या दोहोंपलीकडे केवळ सूर्य प्रकाशरूप आहे, तसंच ज्ञेय तत्त्व सत्य व असत्य या दोहोंपलीकडे असलेलं तेजसत्य आहे.

१३

श्लोक अनुवाद : परंतु- तो सर्वत्र हात-पाय असणारा, सर्वत्र डोळे, डोकं आणि मुख व कान असणारा आहे. कारण तो सृष्टीमध्ये सर्वांना व्यापून स्थित आहे.॥१३॥

गीतार्थ : सत्य-असत्य यांपलीकडे असणारं ज्ञेय तत्त्व सर्वत्र हात-पाय, डोळे, कान, मुख आणि डोकं असणारं आहे. या सृष्टीत जितके प्राणी आहेत, त्या सर्वांना ईश्वरानेच निर्माण केलं आहे. मानवी शरीर आणि इंद्रियं ईश्वरानेच तयार केली आहेत. शरीराचा आणि जगातील सर्व वस्तूंचा अनुभव ईश्वरच करत आहे. ईश्वर नाही अशी अन्य कोणतीही वस्तू अस्तित्वातच नाही. त्यामुळेच सर्व पुरुषांमध्ये जे हात-पाय, मुख, कान, नाक दिसतात, ते ईश्वररचित आहेत. ईश्वरच सर्व मनुष्यांद्वारे पाहतो, ऐकतो, बोलतो, विचार करतो, कृती करतो. निराकार परमात्माच साकार होऊन सर्व भूमिका निभावत आहे आणि हीच वस्तुस्थिती आहे.

ईश्वर विश्वात सर्वत्र व्यापून स्थित आहे. हे एका मत्स्यालयाच्या उदाहरणाने समजू या. कोणत्याही मत्स्यालयात अगदी वरपर्यंत पाणी भरलेलं असतं आणि त्या पाण्यात वेगवेगळ्या प्रकारचे रंगबिरंगी मासे पोहोताना दिसत असतात. याशिवाय त्यात हायड्रिलासारख्या पाण्यातील वनस्पतीही दिसतात. इथे पाण्याला ईश्वर मानलं तर माशांच्या शरीरातदेखील पाणी, हायड्रिलामध्येदेखील पाणी आणि बाहेरही पाणीच असतं. अगदी अशाच

प्रकारे ही सर्व सृष्टी ईश्वरामध्ये व्याप्त आहे आणि तो सर्व सृष्टीत व्याप्त आहे.

जसं, या सृष्टीत तीनचतुर्थांश पाणी आणि एकचतुर्थांश जमीन आहे. त्यामुळे जमिनीच्या बाहेर तर पाणी आहेच, जमिनीमध्येदेखील पाणी आहे. पाण्यापेक्षा वायू अधिक आहे, तर वायू पाण्यातही आहे आणि पाण्याविनादेखील आहे. वायू आणि अग्नी दोन्ही एकमेकांमध्ये आहेत. परंतु जिथे वायू नाही, तिथेदेखील अग्नी आहे. पृथ्वी, जल, अग्नी आणि वायू यांच्यात आकाश व्यापलेलं आहे. आकाश यांच्यातही आहे आणि यांच्याशिवाय अनंतातही आहे. अशाच प्रकारे ईश्वरामध्ये सर्व सृष्टी व्याप्त आहे आणि सृष्टीत ईश्वर! तरीदेखील तो विश्वापासून वेगळा आणि अलिप्त आहे.

१४

श्लोक अनुवाद : आणि तो– संपूर्ण इंद्रियांच्या विषयांना जाणणारा आहे, परंतु वास्तविक सर्व इंद्रियांपासून विरक्त आहे. आसक्तिरहित असूनही सर्वांचं धारण–पोषण करणारा आणि निर्गुण असून(ही) गुणांना भोगणारा आहे।।१४।।

गीतार्थ : इथे श्रीकृष्ण सगुण–निर्गुण, साकार–निराकार परमात्म्याविषयी सांगताना म्हणतात– तो इंद्रियांपासून विरक्त असूनही इंद्रियांच्या विषयांना म्हणजेच रूप, गंध, शब्द, स्वाद यांना जाणणारा आहे. निर्गुण असूनही गुणांचा उपभोग घेणारा आहे. गुणही तोच, निर्गुणही तोच, इंद्रियंदेखील तोच, इंद्रियांपासून विरक्तही तोच. भोक्ता असूनही अलिप्त आहे, गुण असूनही असंग आहे.

हा निर्गुण, योगमायेने सगुण बनला. निर्गुण सगुणातही आहे, सगुणाशिवायही आहे. साकारात निराकार कृष्ण आहे आणि साकार नसतो, तेव्हादेखील तोच आहे. जो कधी असतो तर कधी नसतो, तो साकार आहे आणि जो सदैव असतो, तो निराकार आहे. श्रीकृष्ण म्हणतात, 'ते या जगात

अध्याय १३ : १५

असूनही नसतात आणि नसूनही असतात.'

परमात्मा साकार जिवांप्रमाणे हात, पाय, कान, डोळे, मुख यांनी युक्त नाही. परंतु सर्व इंद्रियांच्या विषयांना ग्रहण करण्यास सक्षम आहे. तो न ऐकताही ऐकत असतो, न बसताही बसतो, न चालताही चालतो, न बोलताही बोलतो. अशा प्रकारे ज्ञानेंद्रियांपासून विरक्त असूनही तोच सर्व क्रिया करतो. किंबहुना आपण असंही म्हणू शकतो, की तो सर्वकाही करून घेतो. जसं- लोखंडामध्ये जी हालचाल होते, ती स्वतःमुळे नव्हे, तर चुंबकामुळे होत असते. तरीही चुंबक लोखंडापासून वेगळा आहे. अशाच प्रकारे शरीराच्या सर्व हालचाली आणि इंद्रियांचा सर्व व्यापार परमात्म्याच्या अस्तित्वामुळेच होत असतो.

परमात्मा पूर्णपणे अनासक्त आहे, तरीदेखील सर्वांना धारण करणारा आहे. तो आपल्या रचनेविषयी कधीही लिप्त नसतो. मनुष्य घर बांधतो, जमीन खरेदी करतो, मुलांना जन्म देतो, व्यवसाय उभारतो, परंतु तो यांपासून अलिप्त राहू शकत नाही. याच्यात थोडंही वरखाली होताच मनुष्य सुख-दुःखात विहार करतो. मात्र परमात्म्याचं हे वैशिष्ट्य आहे, की तो सर्व पदार्थ निर्माण करतो, शरीरदेखील निर्माण करतो, ते धारणही करतो. इतकंच नव्हे तर समुद्राच्या अगदी तळाशी असणाऱ्या जिवांचादेखील सांभाळ करतो, तरीदेखील त्यांच्यापासून अलिप्त राहतो.

परमात्मा पूर्णपणे गुणरहित असूनही संपूर्ण गुणांचा भोक्ता आहे. जसं, आई-वडील केवळ बालकाच्या क्रिया पाहून खुश होतात, तसंच परमात्मा आपली रचना अर्थात सजीव प्राण्यांच्या क्रियांचा भोक्ता आहे.

१५

श्लोक अनुवाद : आणि तो- चराचर सर्व भूतांच्या आत-बाहेर परिपूर्ण आहे आणि चर-अचररूपदेखील तोच आहे. तो सूक्ष्म असल्यामुळे अविज्ञेय आहे

आणि अतिसमीप व दूरदेखील तोच स्थित आहे।।१५।।

गीतार्थ : भगवान श्रीकृष्ण पुन्हा एकदा ईश्वराच्या सर्वव्यापकतेचं वर्णन करताना सांगताहेत, सर्व प्राणिमात्रांमध्ये ईश्वर अंतर्बाह्य व्यापलेला आहे. परमेश्वराच्या अलौकिक शक्तीने जेव्हा जगाची रचना केली जाते, तेव्हा आत-बाहेर असे शब्दप्रयोग केले जातात. केवळ ईश्वराविषयीच सांगायचं झालं तर आत-बाहेर असा शब्दप्रयोग केला जात नाही.

जसं, एक भव्य मैदान आहे. त्या मैदानात जे अवकाश (स्पेस) आहे, ते विभागलं जाऊ शकतं का? नाही ना! तिथे आत-बाहेर अशा शब्दांचा वापरच केला जाऊ शकत नाही. आता जर त्या मैदानात काही घरं बांधली तर ती स्पेस घरांच्या भिंतींमुळे विभागलेली दिसते. त्यामुळे स्पेससंबंधी आत-बाहेर असे शब्द वापरायला सुरुवात होते. अशाच प्रकारे जेव्हा शरीर नव्हतं, तेव्हादेखील केवळ ईश्वरच होता, शरीर आलं तेव्हाही तोच आहे. परंतु शरीर आल्याने आतील ईश्वराचं अंतर्बाह्य असं विभाजन झालं. मुळात तर सर्वकाही एकच आहे. फरक इतकाच आहे, की शरीराच्या आत तो प्रकट आहे आणि शरीराच्या बाहेर अदृश्य स्वरूपात!

वर उल्लेख केल्याप्रमाणे ईश्वर शरीरात आणि बाहेरही म्हणजेच तो अंतर्बाह्य व्यापलेला आहे. हे आणखी स्पष्ट करत श्रीकृष्ण सांगतात, तो चर-अचर अशा दोघांमध्येही विराजमान आहे. याचाच अर्थ, मानवी शरीरासोबतच लहानसहान जंतूंमध्ये आणि अजस्र जनावरांमध्येही ईश्वर विद्यमान आहे. इतकंच नव्हे, तर जे जड, निर्जीव पदार्थ स्थिर दिसतात, त्यातदेखील ईश्वराची उपस्थिती आहे.

मग आता असा प्रश्न निर्माण होऊ शकतो, की जर ईश्वर सर्वत्र विद्यमान आहे, तर त्याची जाणीव सर्वांना का नसते? याच्या उत्तरादाखल भगवान श्रीकृष्ण सांगतात- ईश्वर अतिसूक्ष्म असल्याने जाणता येत नाही. इंद्रियांद्वारे जी वस्तू जाणता येऊ शकते, ती सूक्ष्म असली तरीही आपल्याला

अध्याय १३ : १६

तिचं ज्ञान होऊ शकतं. जसं, आकाशात असंख्य तारे लुकलुकत असतात. ते सर्वच काही डोळ्यांनी पाहता येत नाहीत. मात्र जे अतिसूक्ष्म असतात, ते दुर्बिणीच्या साहाय्याने पाहता येऊ शकतात. परंतु जी वस्तू इंद्रियांद्वारे जाणण्यायोग्य नाही, ती शक्तिशाली दुर्बिणीच्या साहाय्यानेदेखील पाहता येऊ शकत नाही.

मात्र ईश्वर सर्वांना जाणू शकतो. परंतु आपण त्याला पंचेंद्रियांनी जाणू शकत नाही. त्याचा अनुभव करण्यासाठी मन नावाची दुर्बीण आपल्याला मिळाली आहे. तिचा उपयोग कसा करायचा हे आपण पुढे जाणू या.

ईश्वर, अज्ञानी लोकांसाठी अतिदूर आणि ज्ञानी लोकांसाठी अतिशय जवळ आहे. ईश्वर सर्व मनुष्यांमध्ये समान रूपात प्रकट होऊनही त्याचं ज्ञान सर्वांना होऊ शकत नाही. जो मनरूपी दुर्बिणीचे लेन्स स्वच्छ-निर्मळ ठेवतो, त्याच्यासाठी तो अतिशय निकट आहे आणि जे मन विकारांनी भरलेलं आहे, त्याच्यासाठी फार दूर... आरशावर धूळ साचली असेल तर त्यात प्रतिबिंब दिसत नाही. परंतु आरसा स्वच्छ करून धूळ झटकल्यानंतर प्रतिबिंब दिसू लागतं. अगदी अशाच प्रकारे मनावर चढलेलं मळभ दूर केल्यानंतरच ईश्वराचा अनुभव होतो. म्हणूनच ज्ञानी पुरुषांसाठी परमात्मा अतिशय समीप आहे असं म्हटलं जातं.

१६

श्लोक अनुवाद : आणि तो परमात्मा- विभागरहित एकाच रूपात आकाशाप्रमाणेच परिपूर्ण असूनही चराचर संपूर्ण भूतांपासून विभक्त-असा स्थित भासणारा आहे. तो जाणण्यायोग्य परमात्मा विष्णुरूपाने भूतांचं धारण-पोषण करणारा, रुद्ररूपाने संहार करणारा आणि ब्रह्मरूपाने सर्वांना उत्पन्न करणारा आहे॥१६॥

गीतार्थ : हाच विषय पुढे विस्तारत भगवान कृष्ण सांगतात, 'ईश्वर अनंत

अध्याय १३ : १७

आकाशाप्रमाणे अविभाजित, अखंड आणि पूर्ण आहे, तरीदेखील तो जगात तुकड्यांमध्ये विभागलेला दिसतो. जसं- एक अभिनेता आपल्या जीवनकाळात विविध भूमिका करतो. परंतु तो एकच असतो. जो तो वास्तव स्वरूपात आहे. त्याचा मूळ चेहरा कधीही बदलत नाही. त्याच्यावर कित्येक चेहरे (चेहऱ्यांचे मुखवटे) लावले जाऊ शकतात. अगदी याचप्रमाणे ईश्वर या जगात कोट्यवधी भूमिका बजावतो, निभावतो. परंतु त्याचं मूळ स्वरूप कायम राहतं. असंख्य शरीरांमध्ये राहूनही तो अविभक्त आहे. केवळ असंख्य शरीरं असल्याने तो विभक्त दिसतो इतकंच!

हा सर्वशक्तिमान ज्ञेय स्वरूप ईश्वर, जड व चेतन जगाची उत्पत्ती, स्थिती आणि संहार करणारा आहे. हा ब्रह्माच्या रूपात जगाची उत्पत्ती करतो, विष्णूच्या रूपात त्याचं धारण आणि पोषण करतो व रुद्राच्या रूपात त्याचा संहार करतो. अर्थात, तोच परमेश्वर ब्रह्मा, विष्णू आणि महेश आहे.

१७

श्लोक अनुवाद : आणि तो परब्रह्म ज्योतींच्याही ज्योती आणि मायेच्या अत्यंत पलीकडे आहे असं सांगितलं जातं. तो परमात्मा बोधस्वरूप, जाणण्यायोग्य आणि तत्त्वज्ञानाने प्राप्त करण्यायोग्य आहे. शिवाय सर्वांच्या हृदयात विशेष रूपात स्थित आहे.।।१७।।

गीतार्थ : इथे म्हटलं गेलंय, की परमेश्वर ज्योतींची ज्योती आहे. अर्थात तो सूर्य, अग्नी, चंद्र इत्यादी महाप्रकाशवान वस्तूंनादेखील प्रकाशित करतो. या महाप्रकाशवान वस्तू आपण ज्याच्या प्रकाशात पाहतो तो आहे- परमेश्वर!

केवळ डोळ्यांसमोर वस्तू आहेत म्हणून त्या आपल्याला दिसत नाहीत. त्या पाहण्यासाठी दिवसाचा उजेड किंवा ट्युबलाइटचा प्रकाशही हवा असतो. त्याचप्रमाणे आपल्या आंतरिक भावना, विचार यांना प्रकाशित करणाराही एक आंतरिक प्रकाश आहे. अन्यथा या साऱ्या वृत्तींचा बोध

अध्याय १३ : १८

आपल्याला कसा होऊ शकला असता, बरं? आपल्या आत जाणणारा जर कोणी नसेल तर आपण मनात निर्माण होणारे विचार आणि भावना यांचा अनुभव तरी घेऊ शकलो असतो का? अंतःकरणातील वृत्तींच्या या प्रकाशकालाच स्वयंप्रकाश किंवा आत्मज्योती असं म्हटलं गेलंय. जगातील सुख-दुःखांनी आपण तेव्हाच प्रभावित होतो, जेव्हा आपल्याला त्यांचं भान असतं. ही सतर्कता केवळ चैतन्य प्रकाशामुळेच येते. हा चैतन्याचा प्रकाश इतका सूक्ष्म आहे, की तो प्रकाश आणि अंधकार या दोहोंनाही प्रकाशित करतो. अर्थात, तो अंतःकरणातील ज्ञान आणि अज्ञान या दोन्ही वृत्तींना प्रकाशित करतो. मात्र तो दोन्हीपासून वेगळा आहे.

श्लोकाच्या दुसऱ्या ओळीत ज्ञान, ज्ञेय आणि ज्ञानगम्य शब्दांचा प्रयोग केला गेलाय. अर्थात, त्या परमज्ञानाने जो 'जाणण्यायोग्य' आहे, त्याला जाणलं जाऊ शकतं. अमानित्व या गुणांनी युक्त शुद्ध मनाच्या समर्पणाद्वारे त्याचा अनुभव केला जाऊ शकतो. मग असं जर कोणतं चैतन्य तत्त्व असेल, ज्याच्याशिवाय जीवनाचं काही अस्तित्वच नाही, तर निश्चितपणे ते जाणण्यायोग्य आहे. ते प्राप्त करणंच आपल्या जीवनाचं उद्दिष्ट होऊ शकतं. तर आता हा प्रश्न निर्माण होऊ शकतो, की मग त्याचा शोध कुठे घ्यावा? मंदिर, मशिद, गुरुद्वारा यांमध्ये की तीर्थक्षेत्रांमध्ये त्याला शोधावं? या प्रश्नाच्या उत्तरादाखल इथे स्पष्टपणे सांगण्यात आलंय, की तो अनंत परमात्मा सर्वांच्या हृदयातच स्थित आहे. इथे हृदय शब्दाचा अर्थ शुद्ध समर्पित मन, तेजस्थान असा अभिप्रेत आहे, जे पवित्र भावनांचं उदयस्थान आहे. आंतरिक शुद्धीच्या या वातावरणात जेव्हा बुद्धी त्या ज्ञेय तत्त्वाचं ध्यान करते, तेव्हा ती स्वतः ज्ञेय स्वरूप धारण करते आणि हीच स्वबोध अवस्था आहे.

१८

श्लोक अनुवाद : हे अर्जुना! अशा प्रकारे क्षेत्र आणि ज्ञान व जाणण्यायोग्य

अध्याय १३ : १८

परमात्म्याचं स्वरूप संक्षिप्त रूपात सांगितलं गेलंय. माझा भक्त हे तत्त्वरूपात जाणून माझ्या स्वरूपाला प्राप्त होतो॥१८॥

गीतार्थ : आतापर्यंतच्या श्लोकांमध्ये 'पंचमहाभूतांनी' प्रारंभ होऊन 'धृती'पर्यंत क्षेत्र म्हणजे शरीर हा विषय समजून सांगण्यात आला. 'अमानित्व'पासून 'तत्त्वज्ञान दर्शन'पर्यंत ज्ञानाच्या लक्षणांचं वर्णन केलं गेलंय. त्यानंतर 'ज्ञेय' ही जाणण्यायोग्य वस्तू स्पष्ट करण्यात आलीय. पण आता प्रश्न असा निर्माण होऊ शकतो, की या ज्ञानाचा अधिकारी कोण आहे? श्रीकृष्ण सांगतात, 'जो माझा भक्त आहे तोच माझ्या स्वरूपाला प्राप्त होतो. जो क्षेत्र आणि क्षेत्रज्ञ यांना समजून घेऊन हा स्वानुभव प्राप्त करतो, क्षेत्रज्ञच्या रूपात ईश्वरच सर्वांमध्ये विराजमान आहे, हे जाणतो असा साधक उत्तम भक्त आहे. तोच माझ्या स्वरूपाला प्राप्त होतो.'

क्षेत्र आणि क्षेत्रज्ञ यांचं वर्णन पुढील श्लोकांमध्ये प्रकृती आणि पुरुष यांच्या रूपात केलं आहे.

● **मनन प्रश्न :**

१. 'दोहोंच्या पलीकडे' यातून तुम्हाला काय समजलं?

२. निर्गुण ईश्वराला जाणण्यासाठी एक प्रयोग करा- आपण नेहमी वस्तू पाहतो, परंतु वस्तूंच्या मध्ये असलेली रिक्तता पाहत नाही. त्यामुळे आता अवकाश, स्पेस पाहण्याचा अभ्यास करा. या अभ्यासातून काय जाणवलं त्याची नोंद करा.

भाग ५

प्रकृती आणि पुरुष ज्ञान

।। १९-२३ ।।

अध्याय १३

प्रकृतिं पुरुषं चैव विद्ध्यनादी उभावपि । विकारांश्च गुणांश्चैव विद्धि प्रकृतिसम्भवान् ।।१९ ।।

कार्यकरणकर्तृत्वे हेतुः प्रकृतिरुच्यते । पुरुषः सुखदुःखानां भोक्तृत्वे हेतुरुच्यते।।२० ।।

पुरुषः प्रकृतिस्थो हि भुङ्क्ते प्रकृतिजान्गुणान् । कारणं गुणसंगोऽस्य सदसद्योनिजन्मसु।।२१ ।।

उपद्रष्टानुमन्ता च भर्ता भोक्ता महेश्वरः । परमात्मेति चाप्युक्तो देहेऽस्मिन्पुरुषः परः ।।२२।।

य एवं वेत्ति पुरुषं प्रकृतिं च गुणैः सह । सर्वथा वर्तमानोऽपि न स भूयोऽभिजायते ।।२३।।

१९

श्लोक अनुवाद : आणि हे अर्जुना!- प्रकृती आणि पुरुष- या दोघांनाही (तू) अनादी समज आणि राग-द्वेषादी विकारांना तथा त्रिगुणात्मक संपूर्ण पदार्थांनादेखील प्रकृतीपासून उत्पन्न झालेले समज।।१९।।

गीतार्थ : श्रीकृष्ण अर्जुनाला आपल्या (ईश्वरीय) लीलेचं रहस्य सांगत आहेत. ते म्हणतात- 'सृष्टीमध्ये दोनच गोष्टी अशा आहेत ज्यांचा अंत कधीही होत नाही. त्या सदैव होत्या, आहेत आणि राहतीलही. या दोहोंद्वारेच हा संपूर्ण मायाजाल रचला गेला आहे. तसंच हा मायाजाल सुरूही राहील आणि नष्टदेखील होईल. परंतु पुढील दोन गोष्टी कधीही नष्ट होणार नाहीत. या दोघांमध्ये पहिला आहे- परमपुरुष म्हणजे परमचेतना. याला परब्रह्म, सेल्फ, जीवात्मा, क्षेत्रज्ञ... हवं ते नाव द्या. पण ती एकच बाब आहे. दुसरी आहे प्रकृती म्हणजे त्या परमपुरुषाद्वारे निर्माण झालेली त्रिगुणमयी माया!

ईश्वराशिवाय जे काही प्रकट-अप्रकट, दृश्य-अदृश्य पदार्थ आहेत, ते सर्व मायेपासून निर्माण झालेले आहेत. सत्, रज, तम या तीन गुणांनी, प्रभावित होऊन त्रिगुणात्मक पदार्थ बनले आहेत. जसं, मनुष्य! मनुष्याची निर्मितीदेखील मायेपासूनच झाली आहे. त्या शरीरात राग, द्वेष, अहंकार इत्यादी विकारदेखील मायेचीच निर्मिती आहे.

ही गोष्ट सरळ पद्धतीने अशीही सांगितली जाऊ शकते- ईश्वर आपल्या मूळ तत्त्वात महाशून्य, निराकार, अजन्मा, सर्वव्यापक, अनादि, अनंत, अद्वैत आहे. जिथे त्याच्याशिवाय अन्य कोणीही नाही. ईश्वराला स्वतःला जाणण्याची इच्छा असल्याने तो स्वतःचा अनुभव करू इच्छित होता. स्वतःची स्तुती करू इच्छित होता. आनंद आणि आश्चर्य अनुभवू इच्छित होता, त्यासाठी त्याने माया बनवली. मायेचा खेळ रचून त्याने दोन रूपं साकारली. जसं, माया आणि मायापती (ईश्वर), पुरुष आणि प्रकृती, शिव आणि शक्ती, लीला आणि लीलाधर... अशा प्रकारे तुम्ही कोणतंही नाव देऊ शकता.

खरंतर माया ही त्याचीच लीला आहे. जेव्हा तो आरामावस्थेत असतो, तेव्हा तो निराकार ईश्वर असतो आणि क्रिया करत असतो, तेव्हा तो क्रियाशील

असतो. ईश्वराच्या क्रियाशीलतेचंच नाव माया, लीला, प्रकृती, शक्ती, मोहिनी इत्यादी आहे. इथे अत्यंत महत्त्वपूर्ण बाब ही समजण्यायोग्य आहे, की त्याने केवळ दोन झाल्याचा भ्रम निर्माण केला आणि हा भ्रमच मायेचं वास्तव आहे. अर्थात मायेचं कोणतंही अस्तित्व नाही, केवळ ती प्रतीत होते, तिचा भास होतो, तिची प्रचिती येते एवढंच.

माया जर ईश्वराची लीला आहे, तर जीव (व्यक्ती) लीलेची लीला आहे. हे एका उदाहरणाद्वारे समजून घेऊ या. एखादा वैज्ञानिक असा रोबोट तयार करतो, जो पूर्ण सर्जनशीलतेने वेगवेगळे रोबोट तयार करू शकतो. ही तर सर्वोच्च स्तरावरील सर्जनशीलता झाली ना? वैज्ञानिकाने रोबोटच्या रूपात एक अशी व्यवस्था तयार केली, जो स्वतःच आपल्यासारखा, अन्य रोबोट तयार करतोय. त्या वैज्ञानिकासाठी हे किती सुलभ झालं ना! आता तो किती संतुष्ट होईल! अशाच प्रकारे ईश्वरानेही मायेचा भ्रम तयार करून आपल्या प्रमाणेच तुल्यबळ मनुष्य निर्माण केला. हुबेहूब तसाच परंतु मुळात अवास्तविक! अगदी अशाच प्रकारे ईश्वराने मायेचीही निर्मिती केली. शिवाय त्या मायेला विशिष्ट नियमांच्या आधारे इतर सर्वकाही निर्माण करण्याची शक्ती दिली.

२०-२१

श्लोक अनुवाद : कारण– कार्य आणि करण यांची निर्मिती जिच्यामुळे होते तिलाच प्रकृती असं म्हटलं जातं आणि जीवात्मा, सुख-दुःखांना भोगणारा म्हटलं जातं.।।२०।।

परंतु– प्रकृतीत स्थित असलेला पुरुष प्रकृतीद्वारे उत्पन्न त्रिगुणात्मक पदार्थांना भोगतो आणि या गुणांच्या साहाय्यानेच जिवाच्या चांगल्या-वाईट योनींमध्ये जन्म घेण्याचं कारण बनतो.।।२१।।

गीतार्थ : २० व्या श्लोकाच्या आरंभी दोन शब्द आले आहेत 'कार्य' आणि 'करण', जे प्रकृतीने निर्माण केले आहेत. चला तर, प्रथम यांचा अर्थ समजून

घेऊ या. ही पाच मूलभूत तत्त्वं आहेत- आकाश, वायू, अग्नी, जल, पृथ्वी आणि या पाच इंद्रियांचे विषय आहेत, ज्यांचा अनुभव आपण आपल्या इंद्रियांद्वारे करतो. हे आहेत- शब्द, स्पर्श, रूप, रस आणि गंध. या दहा गोष्टींना इथे 'कार्य' नावाने संबोधित करण्यात आलं आहे.

बुद्धी, अहंकार आणि मन व श्रोत्र (कान), त्वचा, रसना, नेत्र (डोळे) आणि घ्राण (नाक) आणि वाक् (बोलणं), हस्त (हात), पाद (पाय), उपस्थ (जननेंद्रिय) आणि गुद (मलद्वार), या १३ बाबींना श्लोकांमध्ये 'करण' म्हणजे 'काम करणारा' या नावाने संबोधित केलं गेलंय.

या गोष्टी जर अगदी सामान्य पद्धतीने पाहायच्या झाल्या तर हे एकाच व्यक्तीविषयी बोललं जात आहे. मानवी शरीर ज्याला श्रीकृष्णांनी 'क्षेत्र' हे नाव दिलं आहे. हे क्षेत्र प्रकृतीने बनवलं आहे, जे दहा 'कार्य' आणि तेरा करण यांनी बनलेलं आहे. करणांद्वारे तो आपल्या स्थूल शरीराद्वारे इंद्रियांशी संबंधित विषय भोगतो. या शरीरात मन, बुद्धी आणि अहंकार यांचंदेखील वास्तव्य असतं. पण ज्यांनी त्याच्यात ईश्वरापासून वेगळी, स्वतंत्र व्यक्ती असल्याचा भ्रम निर्माण केला, त्याची बुद्धी आणि मन त्याच्या शरीराला कार्यान्वित करण्याचं कार्य करतात. पण त्याला वाटतं, की तोच कर्ता आहे, जे काही सुरू आहे, ती त्याचीच कहाणी आहे. वास्तविक त्याच्या शरीराद्वारे प्रकृतीच खेळ खेळत असते आणि हा खेळदेखील प्रकृतिअंतर्गत सुरू आहे.

पुढे सांगितलं गेलंय, की- 'जीवात्मा सुख-दुःख भोगत असतो.' ही बाब अधिक विस्तारपूर्वक जाणून घेऊ या. ज्या मनुष्याला आपलं मूळ स्वरूप ज्ञात नाही, तो पूर्णपणे मायेने जखडला जातो. अशा मनुष्यालाच प्रकृती म्हणजे मायेत स्थित असं म्हटलं गेलंय. प्रकृती आपल्या रज, तम, सत् गुणांच्या प्रभावाने त्याला कार्यान्वित करून त्याच्याकडून कर्म करून घेत आहे, ही गोष्ट तो कधी जाणतच नाही. तो जीवात्मा प्रकृतीच्या प्रभावानेच प्रकृतीपासून बनलेले पदार्थ आणि इंद्रियविषय यांचा उपभोग घेत असतो. त्याच्या विचारांच्या आणि कर्मांच्या पुनरावृत्तींनी त्याच्यात काही सवयी आणि गुण निर्माण होत असतात. शिवाय हे सर्व मायेच्या आतच सुरू

आहे. त्या शरीराद्वारे कर्मबंधनं बनतात आणि त्या शरीराशी बद्ध असलेल्या प्रकृतीत स्थित जिवात्मा, त्या कर्मफळांचादेखील भोग घेत असतो.

मग त्याची कर्मबंधनं, त्याचे गुण-अवगुण, त्याच्या सवयीच त्याला चांगल्या-वाईट योनींमध्ये जन्म घेण्याचं कारण बनतात. इथे जेव्हा चांगल्या-वाईट योनींविषयी सांगितलं जात आहे, तेव्हा मानव योनी चांगली आणि जनावरांची योनी वाईट असा याचा अर्थ कोणी घेऊ नये. इथे चांगल्या-वाईट योनीचा अर्थ जीवात्म्याच्या चेतनेच्या स्तरासंबंधी आहे. ज्याच्या चेतनेचा स्तर खालच्या पातळीवर आहे, तो मनुष्य वाईट योनीमध्ये आहे आणि ज्याला सत्याचं ज्ञान मिळतंय, समज आणि भक्ती मिळतेय, तो चांगल्या योनीत आहे असं समजावं.

ज्या शरीरात सत्त्वगुणाचं प्राबल्य आहे, ते देवयोनीत आहेत असं समजलं जातं. कारण अशा लोकांमध्ये करुणा, क्षमा, सत्याप्रति प्रेम असे सद्गुण असतात. रजोगुणाचं प्राबल्य असलेल्या शरीराला मनुष्य योनीचा म्हटलं जातं. कारण अशा लोकांमध्ये नेहमी काही ना काही करत राहण्याची प्रखर महत्त्वाकांक्षा असते. तमोगुणी शरीरांना पशू किंवा क्षुद्र योनींमध्ये गणलं जातं. कारण यांच्यात आळस, अकर्मण्यता, क्रोध, हिंसा, ईर्षा, दुर्भावना असे विकार प्रबळ असतात.

२२-२३

श्लोक अनुवाद : या देहात स्थित असलेला हा आत्मा वास्तविक परमात्माच आहे. तोच साक्षी, उपद्रष्टा, पाहणारा आणि यथार्थ संमती देणारा अनुमन्ता, स्वीकृती देणारा, सर्वांचं धारण-पोषण करणारा, भर्ता, जीवरूपाने भोक्ता, ब्रह्मा इत्यादीचादेखील स्वामी, महेश्वर आणि शुद्ध सच्चिदानंदघन असल्याने त्याला परमात्मा असं म्हटलं गेलं आहे।।२२।।

अशा प्रकारे पुरुषाला आणि गुणांसह प्रकृतीला जो मनुष्यतत्त्वाने जाणतो, तो सर्वप्रकारे कर्तव्यकर्म करत असतानाही पुन्हा जन्म घेत नाही।।२३।।

अध्याय १३ : २२-२३

गीतार्थ : श्रीकृष्ण सांगतात, 'प्रकृतीद्वारे निर्मित या देहात जो जीवात्मा आपल्या मूळ रूपात स्थित आहे, वास्तविक तो परमात्मा, ईश्वरच आहे. जो तिन्ही गुणांनी बनलेल्या या त्रिगुणमयी प्रकृतीच्या पलीकडे आहे. मनुष्य या जगात आपल्या शरीराद्वारे ओळखला जातो. हे शरीर जेव्हा सुटतं, तेव्हा लोक सूक्ष्म देहाला जीवात्मा समजतात. परंतु त्या जीवात्म्याकडेदेखील सूक्ष्म शरीर असतं, ज्यात मन, बुद्धी, अहंकार, कर्मबंधन या गोष्टी असतात. म्हणजेच मूळ जीवात्मा अद्यापही बंधनातच राहतो. तो जेव्हा आपली इतर आवरणं भेदून, मुक्त होऊन आपल्या मूळ स्वरूपावर परततो, तेव्हा तो मुक्त आत्मा परमात्माच असतो. स्थूल शरीरात राहता राहता जेव्हा कोणी स्वानुभव प्राप्त करतो, तेव्हा त्या शरीरात जीवात्मादेखील मुक्त झाला, असा त्याचा अर्थ होतो.

आता काही लोक विचार करतील, की आत्माच परमात्मा आहे आणि तोच सर्वशक्तिशाली आहे, तर मग तो मुक्त का राहत नाही? बंधनात पडतोच कशाला? कारण- तो हा मायेचा खेळ अशा पद्धतीनेच खेळू इच्छितो. बंधनात पडूनच बंधनमुक्त होण्याचा आनंद घेऊ इच्छितो. तुम्ही असे काही खेळ पाहिले असतील, ज्यात काही मर्यादा राखून एक ध्येय साध्य केलं जातं. जो ते ध्येय प्रथम साध्य करतो, त्याला विजेता घोषित केलं जातं. जसं, दोन्ही हात मागे बांधून, तोंडात चमचा घेऊन त्यात लिंबू ठेवून धावणं. आता हे पाहून जर कोणी असं म्हणेल, की 'अरे, इतके कष्ट करण्याची काय गरज होती, लिंबू हातात घेऊन सरळ सरळ का धावत नाही...' ऐकणारे म्हणतील, 'अरे, हा खेळ असाच आहे.' ईश्वराचा खेळदेखील अशाच प्रकारे सुरू आहे, आधी तो स्वतःला बंधनात जखडून घेतो, स्वतःला विसरून जातो आणि त्यानंतर स्वतःला जाणण्याचा खेळ खेळतो, त्याद्वारे तो आपल्यातील सर्व शक्यता खुल्या करून प्रसन्न होतो.

श्रीकृष्ण अर्जुनाला सांगतात, 'तो ईश्वरच मनुष्याच्या आत साक्षी रूपाने उपस्थित असल्याने तोच उपद्रष्टा, पाहणारा आणि जाणणारा आहे.

तो संपूर्ण इंद्रियांच्या विषयांना जाणणारा आहे. डोळ्यांनी तोच पाहत आहे, कानांनी तोच ऐकत आहे, मुखाने तोच बोलत आहे. परंतु वास्तविक तो सर्व इंद्रियरहित आणि आसक्तीरहित आहे. सर्वकाही त्याच्याच संमतीने सुरू आहे. तोच अनुमती आणि स्वीकृतीही देणारा आहे. तोच सर्वांचं धारण-पोषण करणारा आहे, तोच जीवरूपात उपस्थित आहे, म्हणून तोच भोक्ता आहे. पण इतकं होऊनही तो निर्लिप्त आहे. तोच ईश्वर, ब्रह्मा इत्यादी सर्व देवी-देवतांचा स्वामी आहे. कारण त्यांच्यातदेखील तोच ईश्वर आहे. तोच महेश्वर (महा-ईश्वर) आहे, ज्याला शुद्ध सच्चिदानंदघन आणि परमात्मा संबोधलं गेलंय.

पुढे श्रीकृष्ण सांगत आहेत, 'ज्या मनुष्याने ईश्वर आणि त्याची माया यांना अनुभवाने जाणलं, तो आपली सर्व कर्तव्यकर्मं अकर्ता भावनेने करत असल्याने कर्मबंधनात बांधला जात नाही. तो तेजस्थानावर स्थापित होऊनच आपलं जीवन जगतो. तो मायेला भेदून त्या पलीकडे जातो आणि या खेळाकडे साक्षीभावाने पाहू लागतो. तो स्वतः ईश्वराचं माध्यम बनून त्याच्या लीलेतील (कहाणीतील) पात्र बनून अभिव्यक्ती करतो.' श्रीकृष्ण पुढे सांगतात- 'अशा मनुष्याचा जन्म पुन्हा होत नाही. ईश्वरापासून वेगळं करेल असा अहंकार त्याच्यात पुन्हा निर्माण होत नाही.'

• मनन प्रश्न :

१. तुम्ही संसारात राहून माया आणि ईश्वर यांमध्ये फरक करू शकता का?

२. उद्या सकाळपासून तुम्हाला ज्या जिवांचं दर्शन घडेल, त्याकडे ईश्वर समजून पाहा आणि एक नंबर द्या. अशा प्रकारे तुम्हाला १०८ ईश्वरांचं दर्शन रोज करायचं असून त्यांना मायेपासून वेगळा ईश्वर म्हणून पाहायचं आहे.

भाग ६
परमात्म्याला जाणण्याच्या पद्धती
|| २४-३१ ||

अध्याय १३

ध्यानेनात्मनि पश्यन्ति केचिदात्मानमात्मना । अन्ये साङ्ख्येन योगेन कर्मयोगेन चापरे।।२४ ।।

अन्ये त्वेवमजानन्तः श्रुत्वान्येभ्य उपासते । तेऽपि चातितरन्त्येव मृत्युं श्रुतिपरायणाः ।।२५ ।।

यावत्सञ्जायते किञ्चित्सत्त्वं स्थावरजङ्गमम् । क्षेत्रक्षेत्रज्ञसंयोगात्तद्विद्धि भरतर्षभ ।।२६।।

समं सर्वेषु भूतेषु तिष्ठन्तं परमेश्वरम् । विनश्यत्स्वविनश्यन्तं यः पश्यति स पश्यति ।।२७।।

समं पश्यन्हि सर्वत्र समवस्थितमीश्वरम् । न हिनस्त्यात्मनात्मानं ततो याति परां गतिम् ।।२८।।

प्रकृत्यैव च कर्माणि क्रियमाणानि सर्वशः । यः पश्यति तथात्मानमकर्तारं स पश्यति।।२९।।

यदा भूतपृथग्भावमेकस्थमनुपश्यति । तत एव च विस्तारं ब्रह्म सम्पद्यते तदा ।।३०।।

अनादित्वान्निर्गुणत्वात्परमात्मायमव्ययः । शरीरस्थोऽपि कौन्तेय न करोति न लिप्यते ।।३१।।

२४-२५

श्लोक अनुवाद : हे अर्जुना! त्या परमपुरुष-परमात्म्याला, कितीतरी मनुष्य त्या शुद्ध झालेल्या बुद्धीने ध्यानाद्वारे हृदयात पाहतात, अन्य कितीतरी ज्ञानयोगाद्वारे आणि दुसरे कितीतरी कर्मयोगाद्वारे पाहतात, अर्थात प्राप्त करतात।।२४।।

परंतु यांपेक्षा वेगळे अर्थात जे मंदबुद्धीचे पुरुष आहेत, ते अशा प्रकारे न जाणता दुसऱ्यांकडून अर्थात, तत्त्व जाणणाऱ्या पुरुषांकडून ऐकून त्यानुसार उपासना करतात. मग ते श्रवणपरायण पुरुषदेखील मृत्युरूपी संसारसागर निःसंदेह तरून जातात।।२५।।

गीतार्थ : तो परमपुरुष, परमात्मा आम्हा मनुष्यांसाठी अदृश्य आहे, निराकारी आहे, अव्यक्त आहे. त्याला आपण आपल्या इंद्रियांद्वारे पाहू, ऐकू अथवा जाणू शकत नाही. त्याला जाणण्यासाठी आपल्याला मन, बुद्धी आणि इंद्रिय यांपलीकडे जावं लागेल, आपला अहंकार विलीन करावा लागेल. असं करण्यासाठी बऱ्याच पद्धतीचं, अनेक मार्गांचं श्रीकृष्णांनी गीतेमध्ये वर्णन केलं आहे. जसं- ध्यानयोग मार्ग, ज्ञानयोग मार्ग, कर्मयोग मार्ग, भक्तियोग मार्ग, सांख्ययोग मार्ग इत्यादी. मात्र मार्ग भलेही वेगवेगळे असोत, त्यांचं उद्दिष्ट एकच आहे, ते म्हणजे मन, बुद्धी, शरीर यांना अनुशासित करून आपल्या अहंकाराला परमचेतनेत लीन करून आत्मानुभव करणं.

गीतेमधील या पूर्वीच्या अध्यायांमध्ये या सर्व मार्गांचं विस्तृत वर्णन करण्यात आलं आहे. साधक आपला स्वभाव आणि समज यांनुसार गुर्वाज्ञेत राहून कोणत्याही एका मार्गाने वाटचाल करून आध्यात्मिक विकास करतात आणि आपल्या उद्दिष्टप्राप्तीच्या दिशेने अग्रेसर होतात.

पुढे श्रीकृष्ण सांगतात, 'असे अनेक संसारी लोक आहेत, ज्यांच्यात सत्याची तृष्णा किंवा भक्ती तर असते, परंतु ज्ञानाचा, समजेचा अभाव असल्याने ते कोणताही एक मार्ग अनुसरू शकत नाहीत. त्यामुळे त्यांची पूर्ण समर्पित साधकांप्रमाणे योग्य पद्धतीने आणि जलद गतीने आध्यात्मिक उन्नती होऊ शकत नाही. ते सत्य आणि माया यांच्यात फसून ईश्वरीय रचनेला आपली कहाणी

समजून भ्रमीर जीवन जगत राहतात.

अशा लोकांसाठी खरंतर सत्यश्रवण हाच एक आधार ठरू शकतो. त्यांनी परमात्मा तत्त्वरूपात जाणणारे साधक वा गुरू यांच्या वचनांचं श्रवण करायला हवं. त्यांचा अनुभव आणि ज्ञान यांचा लाभ घेऊन ईश्वरोपासना करायला हवी. जे सत्यश्रवणासाठी तत्पर असतात अशा लोकांची बुद्धी हळूहळू आध्यात्मिक ज्ञान ग्रहण करू लागते. ते सत्यमार्गावर चालण्याचा प्रयत्न करू लागतात. त्यांना त्यांच्या विकारांचं दर्शन घडू लागतं. त्यामुळे ते विकारांतून मुक्त होऊ लागतात. कारण सत्यश्रवण त्यांच्यातील गुणांचा विकास करतं. त्यांना सेवा आणि भक्ती यांची समज लाभते. मिथ्या, भ्रामक कहाणीतून मुक्त होऊन त्यांचं मन शुद्ध होऊ लागतं. त्यांना मायेची निरर्थकता दिसू लागते. अशा प्रकारे स्वानुभवी गुरूंचं सत्यश्रवण करणारे लोकदेखील हळूहळू मायाजाल तोडून टाकण्यासाठी सक्षम बनतात आणि मृत्युरूपी संसारसागरात निःसंशय तरून जातात.'

२६-२७

श्लोक अनुवाद : हे अर्जुना! चर आणि अचर असे तू जे काही पाहत आहेत ते सर्व क्षेत्र आणि क्षेत्रज्ञ यांच्या संयोगानेच निर्माण झाले असं जाण।।२६।।

अशा प्रकारे जो मनुष्य सर्व देहांमध्ये जीवात्म्याला साथ देणाऱ्या परमात्म्याला पाहतो आणि जो जाणतो नश्वर देहामधील आत्म्याचा आणि कर्मात्म्याचा कधीही विनाश होत नाही, तोच यथार्थ पाहतो।।२७।।

गीतार्थ : श्रीकृष्णांनी अर्जुनाला या जगतातील जीव आणि ईश्वर यांच्यामधील संबंध अतिशय उत्तम रीतीने समजून सांगितला आहे. हा संबंध प्रथम त्यांनी क्षेत्र आणि क्षेत्रज्ञ यांच्या ॲनालॉजीद्वारे समजावला, त्यानंतर पुरुष आणि प्रकृती यांच्या उपमेद्वारे समजावला. प्रस्तुत श्लोकांतून ते पुन्हा एकदा ही बाब अर्जुनाला सांगत आहेत.

अध्याय १३ : २६-२७

श्रीकृष्ण सांगतात- 'या जगात जे काही स्थावर म्हणजे अचल, स्थिर जीव आहेत- जसं, झाडं-झुडपं, वनस्पती इत्यादी आणि जे काही जंगम म्हणजे चालू शकणारे, अस्थिर जीव आहेत- जसं, मनुष्य, जनावरं, पक्षी, मासे इत्यादी ते सर्व क्षेत्र (माया) आणि क्षेत्रज्ञ (ईश्वर) यांच्या संयोगानेच उत्पन्न झाले आहेत. प्रत्येक जीवाच्या आत हा संयोग आहे. परंतु आश्चर्य हे, की संयोग होऊनही ईश्वर मायेपासून वेगळा आहे, मायेच्या पल्याड आहे. तसं पाहिलं तर या लीलेत दोघेही एकमेकांना पूरक आहेत. मायेशिवाय (क्षेत्र, शरीर यांच्याशिवाय) ईश्वर (क्षेत्रज्ञ) स्वतःला व्यक्त करू शकत नाही, आपली अभिव्यक्ती करू शकत नाही आणि ईश्वराशिवाय माया निष्प्राण आहे, तिचं अस्तित्वच नाही.'

पुढे श्रीकृष्ण सांगतात- 'जो मनुष्य जन्मताना आणि मृत्यू होताना या सर्व जिवांमध्ये ईश्वराला नाशरहित आणि समभावात स्थित पाहतो, तोच वास्तविकता पाहत असतो.' ही बाब आपण एका उदाहरणाने समजून घेऊ या.

एका बागेत एक लेजर शो सुरू असतो, त्यात लेजरच्या माध्यमातून एका महान व्यक्तीचा जीवनप्रवास दाखवला जातो. त्यातून लेजरद्वारे वेगवेगळ्या आकृत्या तयार होतात आणि नष्ट होतात. कधी त्या नृत्य करतात, तर कधी युद्ध करतात. मात्र पाहणाऱ्यांना त्या आकृत्या वेगवेगळ्या जिवांच्या आहेत असं दिसतं. त्यांच्याद्वारे जेव्हा एखादं करुण दृश्य दाखवलं जातं, तेव्हा दर्शक उदास होतात... एखादं युद्धाचं दृश्य दाखवलं जातं, तेव्हा ते उल्लसित बनतात... कधी खुश होतात तर कधी दुःखी... असं का घडतं तर दर्शक काही काळापुरतं का असेना त्या आकृत्यांशी, चरित्रांशी भावनिक रूपाने जोडले जातात. परंतु जो हा शो चालवत आहे, त्याला माहीत असतं, की आकृत्या केवळ लेजर बीम आहेत. त्यामुळे त्याची दृष्टी ही लेजर बीमवर असते, आकृत्यांवर नसते.

या उदाहरणातील लेजर बीम किंवा लाइट म्हणजे ईश्वर आणि लेजरद्वारे तयार होणाऱ्या आकृत्या प्रत्यक्षात नसूनही काही कालावधीसाठी अस्तित्वात येतात. या आकृत्या खरंतर मायाच आहे. माया आणि ईश्वर यांच्या मीलनातूनच पूर्ण दृश्य तयार होतं. ते दृश्य खरं मानून आपण त्याच्याशी आसक्त होतो आणि सुख-दुःख अनुभवू लागतो. परंतु हा लेजर शो चालवणाऱ्याप्रमाणे ज्या मनुष्याची दृष्टी मायेवर (आकृत्यांवर) न राहता मूळ तत्त्व म्हणजेच ईश्वरावर (लेजर लाइटवर) असते. तोच जाणतो, की त्या शरीररूपी आकृत्या नष्ट होणं वा बनणं केवळ एक भ्रम आहे. ईश्वर तर सदैव जिवंतच आहे, शिवाय तो सर्व शरीरांकडे समभावनेने पाहतोय. कारण तो शरीरांना नव्हे, तर ईश्वराला पाहतो म्हणून श्रीकृष्ण सांगतात, 'तोच मनुष्य यथार्थ म्हणजे सत्य पाहतो, यथार्थ जीवन जगतो.'

२८

श्लोक अनुवाद : कारण जो पुरुष सर्वांमध्ये समभावात स्थित परमेश्वराला समान पाहत स्वतःद्वारे स्वतःला नष्ट करत नाही, तोच परमगतीला प्राप्त होतो॥२८॥

गीतार्थ : भक्ती आणि ज्ञान यांची सर्वोच्च अवस्था प्राप्त केलेला एक साधक द्वैत भावनेच्या पलीकडे जातो. तो मायेचा भ्रम नष्ट करून सर्वत्र सत्यच पाहतो. शिवाय प्रत्येक जीव हा ईश्वरच आहे आणि हेच वास्तव आहे. ही तर माया आहे, जी त्यावर वेगवेगळे रूप, आकृती, स्वभाव आणि गुण यांचं आवरण चढवते. म्हणून सर्वांमध्ये त्या एकाला पाहणं हाच समभाव आहे.

एका स्वानुभवी पारखीची दृष्टी एक्सरे मशिनप्रमाणे असते, जी आवरणं भेदून त्यांपलीकडे स्थित असलेल्या त्या परमचैतन्य ईश्वरालाच पाहते. त्याचसोबत तो स्वतःमध्येही ईश्वरच पाहतो. त्यामुळेच स्वानुभवी मनुष्यात आपलं शरीर त्यागतानादेखील 'तो सदैव जिवंत होता, आहे आणि

राहील... तो कधीही नष्ट होऊ शकत नाही,' ही समज कायम राहते. त्याचं शरीर केवळ एक वस्त्र, एक आवरण असून त्याचं वेष्टन आता निघत आहे. ही समज त्याला देहत्यागापूर्वी, देहत्यागाच्या वेळी आणि देहत्यागानंतरही मृत्यूपासून मुक्त ठेवते. श्लोकात या मुक्त अवस्थेलाच परमगती म्हटलं गेलंय.

२९

श्लोक अनुवाद : आणि जो पुरुष संपूर्ण कर्मं भौतिक प्रकृतीद्वारेच केली जात असताना पाहतो आणि आत्मा हा अकर्ता आहे, तोच यथार्थ रूपाने पाहतो॥२९॥

गीतार्थ : मनुष्य बाजारातून स्वतःसाठी जो ड्रेस खरेदी करतो तो निर्जीव असल्याने स्वतःच्या हिशेबाने वावरू शकत नाही. मनुष्य स्वतःला आवडेल त्या पद्धतीने ड्रेस परिधान करू शकतो. त्याला वाटेल त्याप्रमाणे तो ड्रेस ठेवू शकतो. परंतु प्रकृती अथवा मायेने जो ईश्वराचा मानव-शरीररूपी ड्रेस तयार केलाय, त्यात काही वैशिष्ट्यपूर्ण गोष्टींचा समावेश केला आहे. ज्यायोगे त्याने काही काम करावं, विचारविमर्श करावा, कृती करावी... त्यायोगेच मायेचा खेळ पुढे सुरू राहील. यासाठीच त्याने ड्रेसला तीन गुण दिले- रज, तम, सत. प्रत्येक ड्रेसमध्ये हे तीन गुण वेगवेगळ्या प्रमाणात मिश्रण करून टाकले आहेत. हे मिश्रणच त्या ड्रेसला कार्यान्वित करतं. तेही काही विचार करण्यासाठी, काही कृती करण्यासाठी...

जसं- एक ड्रेस (शरीर) तमोगुणाच्या प्राबल्यामुळे जेव्हा सुस्तावून पडतं, तेव्हा त्याच्या बॉसचा (ड्रेसचा) फोन येतो आणि तो अंथरुणावरून उठून पटकन कामाला लागतो. हे कर्म त्याच्याकडून त्याच्यातअसलेला रजोगुण करवून घेतो. मग सायंकाळी सर्व कामं आटोपून तो जेव्हा ड्रेस सत्संगात जातो, ध्यान करतो, तेव्हा हे काम त्याचा सत्त्वगुण करून घेत

असतो. निसर्ग त्याला ज्या ज्या गुणांच्या अधिन ठेवतो, त्याप्रमाणे ते शरीर विचार करतं आणि त्यानुसार कर्म करू लागतं. त्याला वाटतं, तो कर्म करत आहे. परंतु वास्तविक त्याच्यात निसर्गाद्वारे जे गुण टाकले जातात, तेच त्याला कृतिशील, ॲक्टिव्हेट करत असतात.

जसं- एक वैज्ञानिक काही रोबोट तयार करतो. मात्र ते बाह्यरूपात एकसारखे भासत असले तरी त्यांना वेगवेगळं काम करता येणं शक्य व्हावं यासाठी त्याने त्यांच्यात वेगवेगळे प्रोग्राम कोड टाकले आहेत. एक रोबोट घरच्या साफसफाईसाठी तयार केला गेला आहे, तर दुसऱ्याला कॉल सेंटरमध्ये फोनवर संभाषण करण्यासाठी ठेवलं गेलंय. तर तिसऱ्याला रुग्णांना ॲक्युप्रेशर आणि मालिश करण्यासाठी ठेवलं आहे... हेच काम निसर्ग अथवा माया करत आहे बस्स... त्याच्या खेळात सर्व प्रकारची कामं होत राहावीत, यासाठी मायेने मानवी शरीरात मूळ तीन गुणांनी युक्त असं वेगवेगळं प्रोग्रामिंग केलं आहे. वास्तवात अशी कर्मं निसर्ग करतो, ईश्वर नाही. या कारणानेच श्लोकात ईश्वराला कर्ता असूनही अकर्ता म्हटलं गेलं आहे. कर्ता यासाठी म्हटलं गेलंय, की मनुष्यांकडून कर्म करवून घेणारा निसर्गसुद्धा त्या ईश्वरानेच तयार केला आहे. मायादेखील ईश्वराचीच कल्पकता आहे, उत्कृष्ट योजना आहे.

हीच बाब श्लोकातून विशद करताना श्रीकृष्ण सांगतात- 'जो पुरुष सगळी कर्मं निसर्गाद्वारेच केली जात आहेत, हे पाहतो, आत्म्याला अकर्ता रूपात पाहतो, तोच सत्य पाहून म्हणू शकतो, 'अरे, ही तर माझी कहाणी नाहीच.'

३०-३१

श्लोक अनुवाद : आणि ज्या क्षणी हा पुरुष भूतांचे वेगवेगळे भाव एका परमात्म्यातच स्थित आणि त्या परमात्म्यापासूनच सर्व भूतांचा विस्तार पाहतो,

त्याच क्षणी तो सच्चिदानंदघन ब्रह्माला प्राप्त होतो।।३०।।

हे अर्जुना! अनादी आणि निर्गुण असल्याने हा अविनाशी परमात्मा शरीरात स्थित असूनही वास्तवात तो ना काही करतो आणि ना लिप्तही राहतो।।३१।।

गीतार्थ : श्रीकृष्ण सांगतात- 'हा सारा मायेचा खेळ ईश्वराच्या आतच सुरू आहे. सर्व जिवांमध्ये त्यांच्यातील गुणांमुळे जे वेगवेगळे भाव निर्माण होत आहेत, त्याद्वारेच कर्मं होत राहतात. हे सर्व ईश्वरासोबतच घडत आहे. कारण त्याच्या बाहेर काहीच नाही, अगदी मायादेखील नाही. त्या ईश्वराद्वारेच सर्व जीव मायेच्या प्रभावाने अस्तित्वात येत असतात. तोच ईश्वर सर्व जिवांच्या शरीरात स्थित असूनही निर्लिप्त आहे म्हणजेच शरीराच्या कोणत्याही बाबीशी, भावनांशी आसक्त नाही. तोच कर्ता असूनही अकर्ता आहे. तोच अनादी आहे, कारण तो मायेच्या आधीदेखील होता, मायेसोबतही आहे आणि मायेनंतरही राहील... तो त्रिगुणमयी मायेच्या पलीकडे आहे, त्यामुळे निर्गुण आहे.'

श्रीकृष्ण सांगतात- 'ज्या व्यक्तीला माया आणि ईश्वर यांचा खेळ अनुभवाने समजतो, ती ईश्वराला तत्त्वाने जाणते आणि त्याच क्षणी सच्चिदानंदघन ब्रह्माला प्राप्त होते. अर्थात ईश्वरासोबत एकाकार होते, नव्हे ती ईश्वरच बनून जाते.'

अध्याय १३ : ३०-३१

● मनन प्रश्न :

१. तुम्हाला सत्यश्रवणाचं महत्त्व कितपत समजलं आहे? तुम्ही नियमितपणे सत्यश्रवण करता का?

२. तुमच्या आजूबाजूच्या शरीरांकडे आणि स्वतःकडे या समजेने पाहा, की जणू ते चालते-फिरते ड्रेसच आहेत. त्या ड्रेसमागे दडलेला वास्तविक जो आहे (ईश्वराला) त्याला पाहण्याचा प्रयत्न करा.

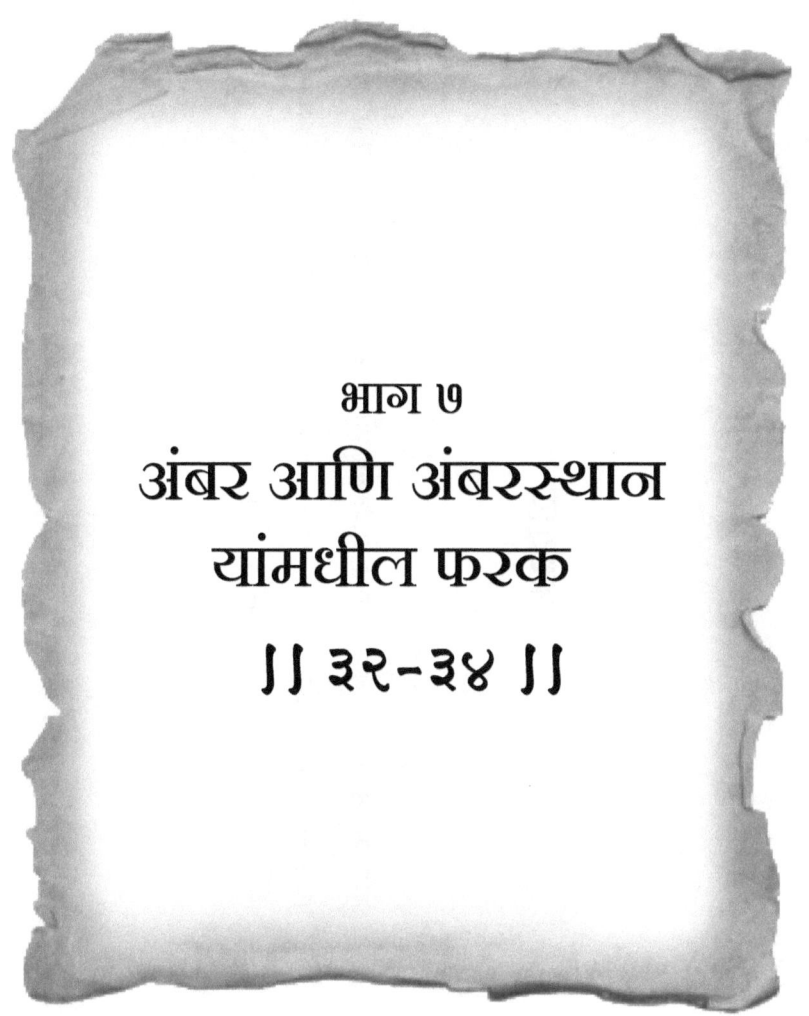

भाग ७
अंबर आणि अंबरस्थान
यांमधील फरक
॥ ३२-३४ ॥

अध्याय १३

था सर्वगतं सौक्ष्म्यादाकाशं नोपलिप्यते । सर्वत्रावस्थितो देहे तथात्मा नोपलिप्यते ॥३२॥

यथा प्रकाशयत्येक: कृत्स्नं लोकमिमं रवि: । क्षेत्रं क्षेत्री तथा कृत्स्नं प्रकाशयति भारत ॥३३॥

क्षेत्रक्षेत्रज्ञयोरेवमन्तरं ज्ञानचक्षुषा । भूतप्रकृतिमोक्षं च ये विदुर्यान्ति ते परम् ॥३४॥

३२

श्लोक अनुवाद : ज्याप्रकारे सर्वत्र व्याप्त आकाश सूक्ष्म असल्याने लिप्त होत नाही, त्याच प्रकारे देहात सर्वत्र स्थित आत्मा निर्गुण असल्याने देहाच्या गुणांशी लिप्त होत नाही.।।३२।।

गीतार्थ : ईश्वराचं निर्गुण, निराकार, सूक्ष्मतम आणि सर्वत्र व्याप्त अस्तित्व समजावण्यासाठी प्रस्तुत श्लोकात श्रीकृष्णांनी आकाश किंवा अंबर याचा आधार घेतला आहे. तुम्ही जेव्हा आकाशाकडे पाहता, तेव्हा तुम्हाला काय दिसतं? चंद्र, तारे, ढग, उडणारे पक्षी... पण तुम्हाला खुलं आकाश दिसतं का, त्या आकाशातील अवकाश दिसतो का? आपण नेहमी वस्तू पाहतो, वस्तूंमध्ये असणारं अंबर पाहत नाही. हे अंबर प्रत्येक वस्तूच्या आत आणि बाहेर व्यापलेलं आहे. हे इतकं सूक्ष्म असतं, की दोन अणूंच्या मध्यभागी... दोन परमाणूंच्या मध्यभागीदेखील उपस्थित असतं... त्यांपेक्षाही लहान भागांच्या मध्यभागीदेखील उपस्थित आहे.

श्रीकृष्ण सांगत आहेत- 'आकाश सर्वत्र व्याप्त आणि सूक्ष्मतम आहे.' या दोन्ही गोष्टी सकृतदर्शनी परस्परविरोधी भासतात. परंतु आकाशाच्या बाबतीत सत्य आहेत. आकाश सूक्ष्मातिसूक्ष्म आहे, त्यामुळे कशाशीही लिप्त होत नाही. अशाच प्रकारे शरीरात सर्वत्र स्थित आत्मा निर्गुण असल्याने शरीरांच्या गुणांशी लिप्त होत नाही. शरीर तमोगुणाच्या, रजोगुणाच्या अथवा सत्त्वगुणाच्या अधीन राहायला हवं, आत्मा निर्लिप्त असल्याने तो तिन्ही गुणांच्या पलीकडे आहे.

जसं, आपल्याला जर कुणी काही सांगितलं, तर आपण त्याच्या बोलण्यात वाहवत जातो. जसं, आपण वर्तमानपत्र वाचतो आणि त्यातील बातम्यांमुळे दुःखी होतो. आपण लोभ, मोह, वासना अशा विकारांशी, विचारांशी लिप्त होऊन जातो. कारण त्यावेळी आपण हे विसरतो, की वास्तवात आपण कोण आहोत... कोणाची कहाणी सुरू आहे?

अशा वेळी स्वतःला स्मरण द्यायला हवं- 'मी आकाशाप्रमाणे सूक्ष्म आहे, त्यामुळे कशाशीही आसक्त होत नाही, कोणत्याही भावनेत वाहवत नाही.' म्हणून कोणत्याही घटनेत गुंतून जाण्यापूर्वी स्पेस (अंबर) पाहायला सुरुवात

करा. समस्येवरचं लक्ष दूर करून अवकाशावर केंद्रित करा आणि आपल्या स्वरूपाचं स्मरण करा. तुम्ही मायेच्या अधीन राहणारं शरीर नसून, अखंड सुरू असलेली विचारांची शृंखला म्हणजे मनदेखील नाही, तर तुम्ही आहात ईश्वर!

३३

श्लोक अनुवाद : हे अर्जुना! ज्या प्रकारे एकच सूर्य या संपूर्ण ब्रह्मांडाला प्रकाशित करतो, त्याच प्रकारे एकच आत्मा संपूर्ण क्षेत्र प्रकाशित करतो.।।३३।।

गीतार्थ : पुढे श्रीकृष्ण परमचैतन्याची उपस्थिती समजून सांगण्यासाठी सूर्याचा आधार घेतात. आपल्या सूर्यमंडळात जितके ग्रह आहेत, ते एकाच सूर्याच्या प्रकाशाने प्रकाशित होतात, हे तुम्हाला माहीत आहेच. आपली पृथ्वीदेखील त्या एका सूर्याकडून प्रकाश आणि सौर ऊर्जा प्राप्त करते. श्रीकृष्ण सांगतात, 'अशा एकाच परमचेतनेने हे संपूर्ण ब्रह्मांड प्रकाशित होत आहे. तेच एक जीवन आहे, जे सर्वांच्या आत प्रवाहित आहे. त्याच्या चेतनेनेच सर्व जग चेतनामय आहे.'

३४

श्लोक अनुवाद : अशा प्रकारे क्षेत्र आणि क्षेत्रज्ञ यांच्यातील फरक आणि कार्यासह निसर्गापासून मुक्त होणं, जे पुरुष ज्ञाननेत्रांद्वारे तत्त्वासह जाणतात, ते महात्माजन परमब्रह्म परमात्म्याला प्राप्त होतात.।।३४।।

गीतार्थ : या संपूर्ण १३व्या अध्यायात तुम्हाला जे ज्ञान मिळालं, त्याचा सार हाच आहे, की आपलं शरीर क्षेत्र आहे, जे निसर्गनिर्मित आहे. शिवाय त्याच्याच नियम आणि गुण यांनुसार सुरू आहे. या शरीरात जे जिवंत तत्त्व (ईश्वर) आहे, ते निसर्गापलीकडे आणि निर्लिप्त आहे. त्याला क्षेत्रज्ञ म्हणजेच क्षेत्राला जाणणारा असं म्हटलं गेलंय.

त्या क्षेत्रज्ञाला (ईश्वराला) जर आकाश म्हटलं तर क्षेत्रला (शरीराला) निश्चितच आपण अंबरस्थान म्हणू शकतो. जसं- एक बॉक्स असून त्यात काही सामान ठेवलं आहे. याचाच अर्थ, रिकामी जागा त्या बॉक्सच्या आतही आहे आणि बाहेरही. त्याचप्रमाणे ईश्वर आपल्या शरीरातही सामावलेला आहे आणि बाहेरदेखील... तो शरीराशी बद्ध नसून आपणदेखील तोच आहोत, मायेने बनलेलं हे नश्वर शरीर नाही. श्रीकृष्ण सांगतात- 'जो हे ज्ञान, ही समज अनुभवाने जाणतो, तो ज्ञानी परमात्म्याला प्राप्त होतो म्हणजेच मायेचं बंधन तोडून ईश्वराच्या प्रकृतीत स्थापित होतो.'

यासाठीच आपण स्वतःला वारंवार स्मरण द्यायचं आहे, की हा जो मध्ये अवकाश आहे, तो मीच असून माझं शरीर म्हणजे अंबरस्थान! मी माझं अंबरस्थान सोबत घेऊन फिरतोय खरा, पण तो मी नाहीच!

• कार्ययोजना :

१. तुमच्या आजूबाजूच्या वस्तू पाहताना दोन वस्तूंमध्ये जे रिक्त स्थान आहे, ते पाहण्याचा प्रयत्न करा आणि 'मी कोण आहे' हे स्वतःला विचारत राहा. मीदेखील याप्रमाणेच सूक्ष्म आहे, याचं स्वतःला स्मरण द्या.

२. दिवसभर तुम्ही बाह्य प्रभावाने जसं- एखाद्याचं बोलणं फोन, टीव्ही, वर्तमानपत्र, सोशल मीडिया अशा कोणत्या गोष्टींशी लगेच आसक्त होता? त्या वेळी स्वतःची आठवण ठेवा, निर्लिप्त राहण्याचा प्रयत्न करा.

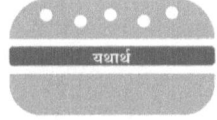

यथार्थ

हे पुस्तक वाचल्यानंतर आपला अभिप्राय कृपया या पत्त्यावर अवश्य पाठवा.

Tej Gyan Global Foundation, Pimpri Colony Post Office, P.O.Box 25, Pune-411017. Maharashtra (India).

एक अल्प परिचय
सरश्री

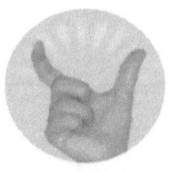

स्वीकार मुद्रा

सरश्रींचा आध्यात्मिक शोधाचा प्रवास त्यांच्या बालपणापासूनच सुरू झाला होता. हा शोध सुरू असतानाच त्यांनी अनेक प्रकारच्या पुस्तकांचं अध्ययन केलं. त्याचबरोबर या शोधकाळात त्यांनी अनेक ध्यानपद्धतींचा अभ्यासही केला. त्यांच्यातील या जिज्ञासेने त्यांना अनेक वैचारिक आणि शैक्षणिक संस्थांमध्ये जाण्यासाठी प्रेरित केलं. जीवनाचं रहस्य समजण्यासाठी त्यांनी **प्रदीर्घ काळ मनन करून आपलं शोधकार्य सातत्याने सुरू ठेवलं. या शोधातूनच त्यांना 'आत्मबोध' प्राप्त झाला.** आत्मसाक्षात्कारानंतर त्यांना जाणवलं, की **अध्यात्माचा प्रत्येक मार्ग ज्या शृंखलेने जोडलेला आहे, तो म्हणजे 'समज' (Understanding).** आत्मबोधप्राप्तीनंतर त्यांनी अध्यापनाचं कार्य थांबवलं आणि जवळ जवळ दोन दशकांहूनही अधिक काळ आपलं समस्त जीवन मानवजातीच्या कल्याणासाठी आणि आध्यात्मिक विकासासाठी अर्पण केलं.

सरश्री म्हणतात, ''सत्यप्राप्तीच्या सर्व मार्गांचा प्रारंभ जरी वेगवेगळ्या मार्गांनी होत असला, तरी सर्वांचा अंत मात्र एकच समज प्राप्त केल्याने होतो. ही **'समज'च सर्व काही असून ती स्वतःमध्ये परिपूर्ण आहे. आध्यात्मिक ज्ञानप्राप्तीसाठी या 'समजे'चं श्रवणच पुरेसं आहे.''** ही समज प्रकाशमान करण्यासाठी आजपर्यंत त्यांनी आध्यात्मिक विषयांवर **तीन हजारांहून अधिक प्रवचनं दिली आहेत.** या प्रवचनांद्वारे ते अध्यात्मातील अतिशय गहन संकल्पना सहज, सुलभ आणि व्यावहारिक भाषेत समजावून सांगतात. समाजातील प्रत्येक स्तरावरील मनुष्य सरश्रींद्वारे सांगितल्या जाणाऱ्या या समजेचा लाभ घेऊ शकतो.

ही समज प्रत्येकाला आपल्या अनुभवातून प्राप्त व्हावी, यासाठी सरश्रींनी

'महाआसमानी परमज्ञान शिबिर' आणि त्यासाठी आवश्यक असणारी कार्यप्रणाली (सिस्टिम) तयार केली. **तिचा लाभ आज लाखो लोक घेत आहेत.** या प्रणालीला आय.एस.ओ. (ISO 9001:2015) प्रमाणपत्रही लाभलंय. या प्रणालीमुळेच अनेकांना सत्यमार्गावर वाटचाल करण्याची प्रेरणा मिळाली आहे. या समजेचा प्रचार आणि प्रसार करण्यासाठी त्यांनी 'तेजज्ञान फाउंडेशन' या आध्यात्मिक संस्थेचा पाया रचला. **'हॅपी थॉट्सद्वारे उच्चतम विकसित समाजाची निर्मिती करणे,'** हेच या संस्थेचं मुख्य उद्दिष्ट आहे.

विश्वातील प्रत्येक मनुष्य आज सरश्रींच्या मार्गदर्शनाचा लाभ घेऊ शकतो. त्यासाठी कोणत्याही धर्म, जात, उपजात, वर्ण, पंथ वा लिंग यांचं बंधन नसतं. विश्वाच्या प्रत्येक कानाकोपऱ्यांतील लोक आज 'तेजज्ञान'च्या अनोख्या ज्ञानप्रणालीचा (System for Wisdom) लाभ घेत आहेत. याच व्यवस्थेचा आणखी एक महत्त्वपूर्ण भाग म्हणजे, **दररोज सकाळी आणि रात्री ९ वाजून ९ मिनिटांनी लाखो लोक विश्वशांतीसाठी प्रार्थना करत आहेत.**

बेस्ट सेलर पुस्तक 'विचार नियम' शृंखलेचे रचनाकार म्हणूनही सरश्रींना ओळखलं जातं. **केवळ पाच वर्षांच्या कालावधीत या पुस्तकाच्या १ कोटीपेक्षा अधिक प्रती वितरित** झाल्या आहेत. याशिवाय आजवर त्यांनी विविध विषयांवर **१०० हून अधिक पुस्तकं लिहिली** आहेत. त्यांपैकी 'विचार नियम', 'स्वसंवाद एक जादू', 'शोध स्वतःचा', 'स्वीकाराची जादू', 'निःशब्द संवाद एक जादू', 'संपूर्ण ध्यान' इत्यादी पुस्तकं बेस्ट सेलर झाली आहेत. ही पुस्तकं दहापेक्षा अधिक भाषांमध्ये अनुवादित असून, पेंगुइन बुक्स, हे हाउस पब्लिशर्स, जैको बुक्स, मंजुळ पब्लिशिंग हाउस, प्रभात प्रकाशन, राजपाल अॅण्ड सन्स, पेंटागॉन प्रेस आणि सकाळ प्रकाशन इत्यादी प्रमुख प्रकाशन संस्थांद्वारे ती प्रकाशित झाली आहेत.

तेजज्ञान फाउंडेशन परिचय

तेजज्ञान फाउंडेशन आत्मविकासातून आत्मसाक्षात्कार प्राप्त करण्याचा एक मार्ग आहे. यासाठी सरश्रींद्वारा एक अनोखी बोधप्रणाली (System for Wisdom) निर्माण झाली आहे. या प्रणालीला आंतरराष्ट्रीय प्रमाणपत्राद्वारे ISO 9001:2015च्या आवश्यकतेनुसार आणि निकष पडताळून सरळ, व्यावहारिक आणि प्रभावी बनवलं गेलं आहे.

या संस्थेच्या प्रबोधनपद्धतीच्या भिन्न पैलूंना (शिक्षण, निरीक्षण आणि गुणवत्ता) स्वतंत्र गुणवत्ता परीक्षकांद्वारे (Quality Auditors) क्रमबद्ध पद्धतीने पडताळलं गेलं. त्यानंतर या पैलूंना ISO 9001:2015 साठी पात्र समजून या बोधपद्धतीला हे प्रमाणपत्र प्रदान करण्यात आलं.

या फाउंडेशनचे लक्ष्य आहे नकारात्मक विचारांकडून सकारात्मक विचारांकडे वाटचाल. सकारात्मक विचारांकडून शुभ विचारांकडे म्हणजे हॅपी थॉट्सकडे प्रगती. शुभ विचारांकडून निर्विचार अवस्थेकडे मार्गक्रमण आणि निर्विचार अवस्थेच्या अंती आत्मसाक्षात्कार प्राप्ती. 'मी सर्व विचारांपासून मुक्त व्हावे' हा विचार म्हणजे शुभ विचार (हॅपी थॉट्स). 'मी प्रत्येक इच्छेपासून मुक्त व्हावे', अशी इच्छा म्हणजे शुभ इच्छा.

तेजज्ञान म्हणजे ज्ञान व अज्ञान या दोहोंच्या पलीकडचे ज्ञान. पुष्कळ लोक सामान्य ज्ञानाच्या (General Knowledge) माहितीलाच ज्ञान मानतात. परंतु अस्सल ज्ञान आणि नुसती माहिती यांत फार मोठे अंतर आहे. आजमितीला लोक सामान्य ज्ञानाच्या उत्तरांनाच जास्त महत्त्व देतात. अशा ज्ञानाचे विषय म्हणजे कर्म आणि भाग्य, योग आणि प्राणायाम, स्वर्ग आणि नरक इत्यादी. आजच्या युगात सामान्यज्ञान प्राप्त करणारे लोक, शिक्षक मोठ्या प्रमाणावर आहेत; परंतु हे ज्ञान ऐकून जीवनात परिवर्तन घडून येत नाही. असे ज्ञान म्हणजे केवळ बुद्धिविलास आहे किंवा अध्यात्माच्या नावावर चाललेला बुद्धीचा व्यायाम आहे.

सर्व समस्यांवरील उपाय आहे तेजज्ञान. क्रोध, चिंता आणि भय यांपासून मुक्त जीवन म्हणजे तेजज्ञान. शारीरिक, मानसिक, सामाजिक, आर्थिक आणि आध्यात्मिक प्रगतीचा, सर्वांगीण प्रगतीचा मार्ग आहे तेजज्ञान. तेजज्ञान आपल्या अंतरंगात आहे. येथे या आणि या गोष्टीचा अनुभव घ्या.

आपल्याला असे ज्ञान हवे आहे, की जे सामान्य ज्ञानापलीकडे आहे, जे प्रत्येक समस्येवरील उत्तर आहे, जे प्रत्येक समजुतीपासून, गृहीत धारणांपासून आपल्याला मुक्त करते, ईश्वरी साक्षात्कार घडविते, अंतिम सत्यात स्थापित करते. आता वेळ आली आहे शाब्दिक, सामान्यज्ञानातून बाहेर येऊन तेजज्ञानाचा अनुभव घेण्याची!

आजवर जप-तप, तंत्र-मंत्र, कर्म-भाग्य, ध्यान-ज्ञान, योग-भक्ती असे अनेक मार्ग अध्यात्मात सांगितले आहेत. या सर्व मार्गांनी प्राप्त होणारी अंतिम समज, अंतिम ज्ञान, बोध एकच आहे. अंतिम सत्याच्या शोधकाला, साधकाला शेवटी जी एकच 'समज' प्राप्त होते, ती 'समज' श्रवणानेसुद्धा प्राप्त होऊ शकते. अशा समजप्राप्तीसाठी श्रवण करणे यालाच तेजज्ञान प्राप्त करणे म्हटले गेले आहे. तेजज्ञानाच्या श्रवणाने सत्याचा साक्षात्कार घडतो, ईश्वरीय अनुभव मिळतो. हेच तेजज्ञान सरश्री महाआसमानी परमज्ञान शिबिरात प्रदान करतात.

महाआसमानी परमज्ञान
शिबिर परिचय आणि लाभ (निवासी)

तुम्हाला सर्वोच्च आनंद हवाय? असा आनंद, जो कोणत्याही बाह्य कारणावर अवलंबून नाही... जो प्रत्येक क्षणी वृद्धिंगत होतो. या जीवनात तुम्हाला प्रेम, विश्वास, शांती, समृद्धी आणि परमसंतुष्टी हवी आहे का? शारीरिक, मानसिक, सामाजिक, आर्थिक आणि आध्यात्मिक अशा आयुष्याच्या सर्व स्तरांवर यशस्वी होण्याची तुमची इच्छा आहे का? 'मी कोण आहे' हे तुम्हाला अनुभवाने जाणावंसं वाटतं का?

तुमच्या अंतर्यामी अशा सर्व प्रश्नांची उत्तरं जाणण्याची इच्छा आणि 'अंतिम सत्य' प्राप्त करण्याची तृष्णा असेल, तर तेजज्ञान फाउंडेशनतर्फे आयोजित 'महाआसमानी शिबिरा'त तुमचं स्वागत आहे. हे शिबिर सरश्रींच्या मार्गदर्शनावर आधारित आहे. सरश्री, आजच्या युगातील आध्यात्मिक गुरू असून, ते आजच्या लोकभाषेत अत्यंत सहजपणे आध्यात्मिक समज प्रदान करतात.

महाआसमानी परमज्ञान शिबिराचा उद्देश :

विश्वातील प्रत्येक मनुष्यानं 'मी कोण आहे', या प्रश्नाचं उत्तर जाणून तो सर्वोच्च आनंदाच्या अवस्थेत स्थापित व्हावा, हाच या शिबिराचा मुख्य उद्देश आहे. प्रत्येकाला असं ज्ञान प्राप्त व्हावं, जेणेकरून त्यानं प्रत्येक क्षणी वर्तमानात जगण्याची कला आत्मसात करावी. तो भूतकाळाचं ओझं आणि भविष्याची चिंता यांतून मुक्त व्हावा. प्रत्येकाच्या आयुष्यात कधीही न संपणारा आनंद आणि योग्य समज यावी. शिवाय, प्रत्येकानं समस्या विलीन करण्याची कला आत्मसात करावी. थोडक्यात, मनुष्यजन्माचा उद्देश सफल व्हावा, हाच या शिबिराचा उद्देश आहे.

'मी कोण आहे? मी येथे का आहे? मोक्ष म्हणजे काय? या जन्मातच मोक्षप्राप्ती शक्य आहे का?' असे प्रश्न जर तुमच्या मनात असतील, तर त्यांवरील उत्तर आहे– 'महाआसमानी परमज्ञान शिबिर'.

महाआसमानी परमज्ञान शिबिराचे मुख्य लाभ :

वास्तविक या शिबिराचे लाभ तर असंख्य आहेत; पण त्यांपैकी मुख्य लाभ पुढीलप्रमाणे–

* जीवनात शक्तिशाली ध्येय निश्चित होतं
* 'मी कोण आहे' हे अनुभवाने जाणता येतं (सेल्फ रियलायजेशन)
* मनाचे सर्व विकार विलीन होतात.
* भय, चिंता, क्रोध, बोरडम, मोह, तणाव या नकारात्मक बाबींतून मुक्ती
* प्रेम, आनंद, मौन, समृद्धी, संतुष्टी, विश्वास अशा दिव्य गुणांशी युक्ती
* साधं, सरळ पण शक्तिशाली जीवन जगता येतं
* प्रत्येक समस्येचं निराकरण करण्याची कला प्राप्त होते
* 'प्रत्येक क्षणी वर्तमानात जगणं' हा तुमचा स्वभाव बनतो
* आपल्यातील सर्व सकारात्मक शक्यता खुलतात
* याच जीवनात मोक्षप्राप्ती होते

महाआसमानी परमज्ञान शिबिरात सहभागी कसं व्हाल?

या शिबिरात सहभागी होण्यासाठी तुम्हाला खालील बाबींची पूर्तता करायची आहे–

१) तुमचं वय कमीत कमी अठरा किंवा त्यापेक्षा अधिक असायला हवं.

२) सर्वप्रथम तुम्हाला 'सत्य-स्थापना' (फाउंडेशन ट्रुथ रिट्रीट) शिबिरात सहभागी व्हावं लागेल. या शिबिरात, तुम्ही प्रामुख्यानं दोन बाबी शिकाल- प्रत्येक क्षणी वर्तमानात जगण्याची कला कशी आत्मसात करावी आणि निर्विचार अवस्था कशी प्राप्त करावी.

३) प्राथमिक स्तरावर तुम्हाला काही प्रवचनं ऐकायची असून, त्यांतून तुम्ही मूलभूत समज आत्मसात कराल आणि महाआसमानी परमज्ञान शिबिरात प्रवेश करण्यासाठी तयार व्हाल.

हे शिबिर साधारणपणे एक-दोन महिन्यांच्या अंतराने आयोजित करण्यात येतं. यात हजारो सत्यशोधक सहभागी होतात. या शिबिराची तयारी दोन पद्धतींनी करू शकता. पहिली पद्धत- मनन आश्रम, पुणे येथे ५ दिवसीय शिबिरात भाग घेऊ शकता. दुसरी पद्धत- तेजज्ञान फाउंडेशनच्या जवळच्या सेंटरवर जाऊन सत्यश्रवणाद्वारेही करू शकता. महाराष्ट्रात अहमदनगर, सातारा, औरंगाबाद, नाशिक, नागपूर, वर्धा, अमरावती, चंद्रपूर, यवतमाळ, कोल्हापूर, सांगली, रत्नागिरी, लातूर, बीड, नांदेड, परभणी, पनवेल, मुंबई, ठाणे, सोलापूर, पंढरपूर, जळगाव, अकोला, बुलढाणा, धुळे, भुसावळ आणि महाराष्ट्राबाहेर सुरत, अहमदाबाद, बडोदा, नवी दिल्ली, बेंगलुरू, बेळगाव, धारवाड, रायपूर, भुवनेश्वर, कोलकाता, रांची, लखनौ, कानपूर, चंदीगढ, जयपूर, चेन्नई, पणजी, म्हापसा, भोपाळ, इंदोर, इटारसी, हर्दा, विदिशा, बुऱ्हाणपूर या ठिकाणी महाआसमानी शिबिराची पूर्वतयारी करू शकता.

तेजज्ञान फाउंडेशनमध्ये उपलब्ध असणाऱ्या सरश्रीलिखित पुस्तकांचं वाचन करून तुम्ही या शिबिराची पूर्वतयारी करू शकता. याशिवाय, तुम्ही रेडिओ किंवा यू ट्युबवरील सरश्रींच्या प्रवचनांचा लाभही घेऊ शकता. पण लक्षात घ्या, पुस्तकांतील ज्ञान, रेडिओ आणि यू ट्युबवरील प्रवचनं म्हणजे 'तेजज्ञानाची तोंडओळख' आहे; 'संपूर्ण तेजज्ञान' मुळीच नाही. तुम्ही महाआसमानी शिबिरात सहभागी होऊनच तेजज्ञानाचा आनंद घेऊ शकता. तेव्हा आगामी महाआसमानी शिबिरात सहभागी होण्यासाठी आजच संपर्क करा- 09921008060/75, 9011013208

महाआसमानी परमज्ञान शिबिरस्थान :

हे शिबिर पुण्यातील मनन आश्रम येथे आयोजित केलं जातं. येथे तुमच्या

निवासाची आणि भोजनाची व्यवस्था केली जाते. तुम्हाला काही शारीरिक व्याधी असतील आणि त्यासाठी जर तुम्ही नियमितपणे औषधं घेत असाल, तर शिबिरात येताना ती सोबत बाळगावीत. शिवाय, वातावरणानुसार गरम कपडे, स्वेटर, ब्लँकेटही आणावं.

पुणे शहरापासून १७ किलोमीटर अंतरावर अत्यंत निसर्गरम्य परिसरात मनन आश्रम वसलेला आहे. आश्रमात महिला आणि पुरुष यांच्या निवासाची स्वतंत्र व्यवस्था असून येथे जवळपास ८०० लोकांच्या राहण्याची व्यवस्था आहे. आपण हवाईमार्ग, हायवे किंवा रेल्वे अशा कोणत्याही मार्गाने पुण्यात येऊ शकता.

मनन आश्रम : मनन आश्रम, पुणे, सर्व्हे नं. ४३, सणस नगर, नांदोशी गाव,
किरकटवाडी फाटा, तालुका- हवेली, जिल्हा- पुणे- ४११०२४.
फोन- 09921008060

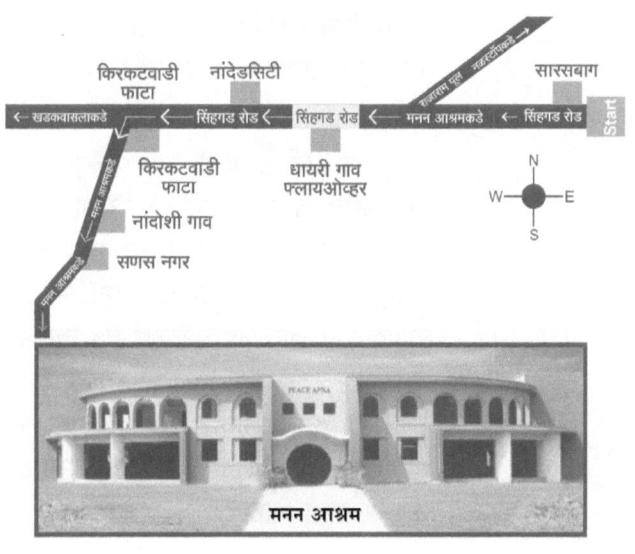

'सरश्रीं'द्वारे रचित इतर पुस्तकं

क्षमेची जादू
क्षमेचं सामर्थ्य जाणा, सर्व दुःखांपासून मुक्त व्हा

Also available in Hindi

पृष्ठसंख्या : १६८
मूल्य : ₹ १५०

तुम्ही स्वतःवर प्रेम करता का? तुम्हाला सदैव आनंदी राहायचं आहे का? तुमचे कौटुंबिक, सामाजिक, व्यावसायिक नातेसंबंध मधुर आणि दृढ करायचे आहेत का? तुम्हाला जीवनात यशाचं शिखर गाठायचं आहे का?

या सर्व प्रश्नांची उत्तरं होकारार्थी असतील, तर तुम्हाला केवळ एकच शब्द म्हणायला शिकायचं आहे तो म्हणजे 'सॉरी' 'मला माफ करा.' सॉरी, क्षमा, माफी... शब्द कोणतेही असो, मनःपूर्वक माफी मागितल्याने जीवनात चमत्कार घडू लागतात, तुमचं अंतःकरण (इन-साफ) शुद्ध, स्वच्छ होतं. एवढंच नव्हे, तर तुमची मागील सर्व कर्मबंधनं नष्ट होऊन, भाग्योदय होतो. प्रस्तुत पुस्तकाद्वारे आपण हीच क्षमेची जादू शिकणार आहोत.

2 महान अवतार
श्रीराम आणि श्रीकृष्ण

Also available in Hindi

पृष्ठसंख्या : १३६
मूल्य : ₹ १४०

भारतातील दोन महान अवतार – प्रभू श्रीराम आणि श्रीकृष्ण यांच्या महान लीला या पुस्तकात प्रस्तुत केल्या आहेत. या दोहोंच्या कथा तर आपण सर्वांनीच ऐकल्या, वाचल्या आणि पाहिल्या असतील. मात्र, त्यांचा खरा अर्थ जाणणंही आवश्यक आहे.

या अवतारांद्वारे दर्शवलेली लीला आपल्या आंतरिक गुणांचा विकास करण्याची जणू अप्रतिम संधीच! जी आपल्याला भक्ती आणि जगण्याची कला शिकवते.

जीवनात जेव्हा आपल्याला राम आणि कृष्ण म्हणजेच 'सत्य अनुभवाचं' महत्त्व लक्षात येतं, त्याची उणीव भासू लागते, तेव्हा त्याच्या प्राप्तीकरिता अथक प्रयत्न आपल्याकडून सुरू होतात. मग योग्य मार्गदर्शनानुसार आपण आपल्या अंतरंगातील सत्याची ताकद, बळ वाढवू लागतो. विकाररूपी रावण आणि अहंकाररूपी कंस यांच्याशी युद्ध करून त्यांचा पराभव करतो, त्यापासून मुक्त होतो. जीवनात ज्यावेळी सत्याचं पुनरागमन होतं, त्यावेळी आपल्या या देहात दिवाळी, जन्माष्टमी साजरी होऊ लागते.

जीवनाची 5 महान रहस्यं

प्रेम, आनंद, मौन, समृद्धी
आणि परमेश्वर प्राप्तीचा मार्ग

Also available in Hindi

पृष्ठसंख्या : १६०
मूल्य : ₹ १६०

शारीरिक, मानसिक, आर्थिक, सामाजिक आणि आध्यात्मिक अशा जीवनाच्या पाच महत्त्वपूर्ण भागांचा विकास करण्यासाठी मार्गदर्शन मिळू शकेल अशा एखाद्या पुस्तकाच्या प्रतीक्षेत आपण आहात का? पंचकल्याणाचा मार्ग आपल्याला हवाय का?

या पुस्तकाद्वारे आपण जाणाल- *कधीही न बदलणारा सृष्टीचा महानियम *समस्यांचं निराकरण करण्याच्या उत्तम पद्धती *प्रेम आणि समृद्धी प्राप्त करण्याची योग्य पद्धत *भूत आणि भविष्य यांतून मुक्तीचा योग्य मार्ग *ध्यानाची डिक्शनरी *आपल्या खऱ्या अस्तित्वाची प्रचिती

वरील सर्व मुद्दे यातील पाच रहस्यांद्वारे आपल्यासमोर उलगडत जातील. प्रस्तुत पुस्तकातील प्रत्येक रहस्यं जसजसं उलगडत जाईल, तसतसं आपलं जीवन सर्वोत्कृष्ट होत जाईल.

इमोशन्स वर विजय

दुःखद भावना व्यक्त करण्याची कला

Also available in Hindi & English

पृष्ठसंख्या : १६८
मूल्य : ₹ १६०

आज सर्वांनाच आय.क्यू.चं महत्त्व जरी समजलं असेल, तरी इ.क्यू.चं इमोशनल क्वोशंटचं महत्त्व त्याहीपेक्षा जास्त आहे, हे खूप कमी लोक जाणतात.

भावनांशी संघर्ष करणाऱ्या मनुष्याकडे जर 'इ.क्यू.' असेल, तर जीवनात येणाऱ्या बाधा, समस्यांशी समर्थपणे तो सामना करू शकतो. परंतु त्याच्याकडे केवळ आय.क्यू असेल आणि इ.क्यू. नसेल, तर त्याला प्रत्येक कार्य कठीण वाटेल. यासाठीच भावनिक परिपक्वता प्राप्त करणं अत्यंत महत्त्वपूर्ण आहे.

मनुष्य केवळ वयाने मोठा झाला म्हणून तो परिपक्व बनत नाही, तर भावनांमुळे विचलित न झाल्याने, निर्धाराने त्यांचा सामना करून, योग्य रीतीने त्यांच्याकडे पाहण्याची कला शिकूनच तो परिपक्व बनतो. प्रस्तुत पुस्तकाद्वारे हीच परिपक्वता आपल्याला प्राप्त होईल.

e-mail
mail@tejgyan.com

Website
www.tejgyan.org, www.gethappythoughts.org

- विश्वशांती प्रार्थना -

पृथ्वीवर शुभ्र प्रकाश (दिव्यशक्ती) येत आहे,
पृथ्वीतून सोनेरी प्रकाशाचा (चेतनेचा) उदय होत आहे.
विश्वातील सगळी नकारात्मकता दूर होत आहे.
सर्वजण प्रेम, आनंद आणि शांतीसाठी ग्रहणशील होत आहेत.
विश्वातील सर्व लीडर्स 'आउट ऑफ बॉक्स' विचार करत आहेत...
विश्वातील सर्व लीडर्स शांतिदूत बनत आहेत...
ईश्वराची इच्छा हीच विश्वातील सर्व लीडर्सची इच्छा बनत आहे! धन्यवाद

ही 'सामूदायिक अव्यक्तिगत प्रार्थना' तेजज्ञान फाउंडेशनचे सर्व सदस्य कित्येक वर्षांपासून सातत्याने करत आहेत. आनंदी लोकदेखील ही प्रार्थना करू शकतात. तसेच आजारी किंवा कोणत्याही समस्येमुळे त्रस्त असणारे लोकही ही प्रार्थना ग्रहण करून स्वास्थ्यलाभ घेऊ शकतात.

तुम्ही एखाद्या आजाराने वा समस्येने त्रस्त असाल, तर सकाळी अथवा रात्री ९ वाजून ९ मिनिटांनी ग्रहणशील होऊन शांत बसा. 'स्वास्थ्य आणि शांती यांचा शुभ्र प्रकाश प्रार्थना करणाऱ्या कित्येक लोकांद्वारे पृथ्वीवर येत आहे. त्याचप्रमाणे तो माझ्यावरही कार्य करत आहे. जेणेकरून मी स्वस्थ आणि शांत होत आहे.' असं मनात म्हणा. त्यानंतर काही वेळ याच भावावस्थेत राहून सर्वांना धन्यवाद द्या आणि मगच उठा.

☀ तेजज्ञान इंटरनेट रेडिओ ☀

तेजज्ञान इंटरनेट रेडिओद्वारे २४ तास ३६५ दिवस, सरश्रींच्या प्रवचन आणि भजनांचा लाभ घ्या. त्यासाठी पाहा लिंक -
http://www.tejgyan.org/internetradio.aspx

विविध भारती F.M. वर दर रविवारी
सकाळी १०:०५ ते १०:१५ वा.

नोट : या कार्यक्रमांच्या वेळेत बदल झाल्यास नोंद ठेवावी.

www.youtube.com/tejgyan च्या साहाय्यानेदेखील सरश्रींच्या प्रवचनांचा लाभ घेऊ शकता.
For online shoping visit us - www.tejgyan.org, www.gethappythoughts.org

---

आपणास हवी असलेली पुस्तकं घरपोच मिळण्यासाठी मनीऑर्डर पाठवा. ही पुस्तकं आमच्या खर्चाने रजिस्टर्ड पोस्ट, कुरिअर आणि व्ही.पी.पी.द्वारे पाठवली जातील. त्यासाठी खालील पत्त्यावर संपर्क साधावा.

वॉव पब्लिशिंग्ज् प्रा. लि.

*रजिस्टर्ड ऑफिस : E-4, वैभव नगर, तपोवनमंदिराजवळ, पिंपरी, पुणे -४११०१७
* पोस्ट बॉक्स नं. ३६, पिंपरी कॉलनी, पोस्ट ऑफिस, पिंपरी-पुणे - ४११०१७
फोन नं. : 09011013210 / 9623457873
आपण पुस्तकांची ऑर्डर ऑनलाईनही देऊ शकता.
लॉग इन करा - www.gethappythoughts.org
५०० रुपयांहून अधिक किमतीची पुस्तकं मागवल्यास १०% सूट मिळेल आणि डिलिव्हरी फ्री.

तेजज्ञान फाउंडेशनच्या मुख्य शाखा

पुणे : (रजिस्टर्ड ऑफिस)

विक्रांत कॉम्प्लेक्स, तपोवन मंदिराजवळ, पिंपरी,
पुणे : ४११ ०१७. फोन : (०२०) २७४१२५७६, २७४११२४०

मनन आश्रम :

सर्व्हे नं. ४३, सणस नगर, नांदोशी गांव, किरकटवाडी फाटा,
तालुका : हवेली, जि. पुणे: ४११ ०२४.
फोन : ०९९२१००८०६०

e-books

The Source • Complete Meditation • Ultimate Purpose of Success • Enlightenment l Inner Magic • Celebrating Relationships • Essence of Devotion • Master of Siddhartha • Self Encounter and many more.
Also available in Hindi at gethappythoughts.org

Free apps

U R Meditation & Tejgyan Internet Radio on all platforms like Android, iPhone, iPad and Amazon

e-magazines

'Yogya Aarogya' & 'Drushtilakshya'
emagazines available on www.magzter.com

www.ingramcontent.com/pod-product-compliance
Lightning Source LLC
LaVergne TN
LVHW041852070526
838199LV00045BB/1553
* 9 7 8 9 3 8 7 6 9 6 8 8 4 *